AF362829

एक दिवा विझताना...

लेखक
रत्नाकर मतकरी

मेहता पब्लिशिंग हाऊस

© +91 020-24476924 / 24460313

Email : production@mehtapublishinghouse.com

Website : www.mehtapublishinghouse.com

◆ *या पुस्तकातील लेखकाची मते, घटना, वर्णने ही त्या लेखकाची असून त्याच्याशी प्रकाशक सहमत असतीलच असे नाही.*

EK DIWA VIZATANA by RATNAKAR MATKARI

एक दिवा विझताना... : रत्नाकर मतकरी / कथासंग्रह

Email : author@mehtapublishinghouse.com

© सौ. प्रतिभा मतकरी

प्रकाशक : सुनील अनिल मेहता, मेहता पब्लिशिंग हाऊस,
१९४१ सदाशिव पेठ, माडीवाले कॉलनी,पुणे – ४११०३०.

अक्षरजुळणी : एच. एम. टाईपसेटर्स, ११२०, सदाशिव पेठ, पुणे – ३०.

मुखपृष्ठ : चंद्रमोहन कुलकर्णी

प्रकाशनकाल : एप्रिल, १९८६ /
मेहता पब्लिशिंग हाऊस यांची दुसरी आवृत्ती : मे, २०१३ /
जानेवारी, २०१४ / ऑगस्ट, २०१६ /
पुनर्मुद्रण : मार्च, २०२०

P Book ISBN 9788184984699

E Book ISBN 9789353170691

E Books available on : play.google.com/store/books
www.amazon.in

ती. पप्पा (माधव मनोहर)
ती.सौ. ताईस (मालती मनोहर)–
प्रेमादरपूर्वक.
२० मार्च १९८६

अनुक्रमणिका

एक दिवा विझताना...

ही एक सत्य घटना आहे.
तिचा विषय आपल्या ओळखीचा नाही.
तो अत्यंत गूढ आहे–
–गूढ म्हणजे काय? तर विज्ञानाच्या चौकटीत न बसणारा.
पण ज्याला आपण प्रमाण मानतो,
ते विज्ञानच अपुरे असेल, तर–?
आजवर आपल्याला माहीत असलेले सर्व विज्ञान
पंचेंद्रियांच्या जाणिवांवर आधारलेले आहे.
मनाचे सामर्थ्य आपण गृहीत धरलेले नाही.
दुसरे असे की आपले सर्व ज्ञान भौतिक.
भूतलाशी संबंधित.
परंतु परलोकाचा अभ्यास करण्यासाठी अगदी
वेगळ्याच प्रकारच्या विज्ञानाची गरज असेल, तर–?
विज्ञानाची ती शाखाच आपल्याला ठाऊक नसल्यामुळे
परलोकाविषयीं काहीच सांगणे सध्या शक्य नाही.

आज पाश्चात्त्य देशांत जी संशोधने होत आहेत,
त्यांत पारलौकिक जगाचा वेध घेणे चालू आहे.
एकदा या संशोधनांचे निष्कर्ष आपल्यासमोर आले की
विज्ञानाच्या कक्षा रुंदावतील आणि
आजचे जे विज्ञान आहे,
ते आपोआपच तोकडे ठरेल.

हे ध्यानात न घेता आपण एक तर कशाहीवर आंधळा
विश्वास ठेवतो,

किंवा जे आजच्या ज्ञानाने समजत नाही,
ते सहज धुडकावून लावतो.
स्वत:ला बुद्धिप्रामाण्यवादी समजणारे,
प्रत्येक गोष्टीला भौतिक ज्ञानाचा कस लावतात;
पण हे ज्ञानच अपुरे ठरल्यानंतर–
त्यांनी काढलेल्या निष्कर्षांचे काय होणार?
उदाहरणार्थ, ज्या काळी पृथ्वी चौकोनी आहे,
अशी समजूत होती, त्या काळच्या बुद्धिवाद्यांनी,
ती गोल आहे, असे म्हणणाऱ्यांचे धिंडवडे काढले.
न दिसणाऱ्या ध्वनिलहरींना ताब्यात आणून
देशोदेशी संबंध ठेवणे,
ही पूर्वीच्या बुद्धिवाद्यांना कविकल्पना वाटली असेल.
आज आपल्याला, विचारलहरींचा
सांधा जुळवणे किंवा
'टेलिपथी' हे थोतांड वाटले, तरी
इतर ग्रहांवरील जीवसृष्टीशी संबंध जोडता यावा,
म्हणून रशियामध्ये तिचे सखोल संशोधन चालू आहे.
'स्पिरिच्युअल हीलिंग' किंवा परलोकवासी
आत्म्यांनी येऊन केलेल्या रोगमुक्ततेची उदाहरणे
ब्रिटनमध्ये सापडतात. ही राष्ट्रे
आपल्यापेक्षा अधिक बुद्धिनिष्ठ आणि व्यवहारी आहेत.
म्हणूनच, ज्या गोष्टी आपण
आज थोतांड मानून सोडून देतो, त्यांचे शास्त्रशुद्ध संशोधन
करून काही अज्ञात शक्ती
आपल्याशा करण्याचा
प्रयत्न ती करीत आहेत.
त्यांना यश आल्यास आजच्या भाकडकथा
ही उद्याची शास्त्रीय सत्ये ठरतील.

मी सांगत आहे, त्या घटनेमागचे गूढ
कधी उलगडेल, तेव्हा खरे.
त्याचे स्पष्टीकरण भविष्यात मिळेल.
आजच्या आपल्या तुटपुंज्या ज्ञानाच्या

कक्षेत ते बसत नाही.

सध्या फक्त एवढेच सांगता येईल की,
हे असे घडले.
ते प्रत्यक्ष घडले नसते, तर
इथे सांगण्यातच काही मुद्दा नव्हता.
कल्पनेत काहीही होऊ शकते आणि
गूढ गोष्टीचे एका विशिष्ट तर्कशास्त्राने कथेच्या
चौकटीत बसेल, असे
काल्पनिक स्पष्टीकरणही देता येते.
पण ही घटना सत्य असल्यामुळेच
तिच्यात नेमके प्रसंग नाहीत,
तिला नाट्यपूर्ण
शेवट नाही; आणि स्पष्टीकरण, आज तरी नाहीच नाही.
एवढे मात्र सांगतो की,
या घटनेशी ज्यांचा संबंध आला, त्या
व्यक्तींना मी प्रत्यक्ष भेटलो.
ती माणसे अत्यंत विश्वसनीय आहेत आणि
एखादी खोटी हकिगत रंगवून सांगण्याचे त्यांना
कारणही नाही.
या मंडळींची एकूण भूमिका सत्यकथनाची होती आणि
कथनाला अद्भुताचा रंग देण्याची प्रवृत्ती
त्यांच्यात नव्हती.
बहुतेक संबंधित व्यक्ती आजही हयात आहेत.
त्यांच्याकडून या हकिगतीचा खरेपणा पारखणे
सहज शक्य आहे.
परंतु त्यांना चौकशयांचा त्रास होऊ नये,
म्हणून मी त्यांची खरी नावे देणे टाळले आहे.
दुसरे अधिक महत्त्वाचे कारण, म्हणजे
त्या कुटुंबाला पुन्हा एकदा या शोककारक
घटनेची आठवण देणे रास्त नव्हे.

कथानकाचा ओघ टिकविण्यासाठी तपशिलाची फिरवाफिरव

। बाळ ।

आम्ही भावंडे चार. तीन भाऊ आणि एक बहीण. थोरला विवेक, दुसरा राजा, तिसरा मी. सगळ्यांत धाकटी मुक्ता.

ही घटना घडली त्रेसष्ट-चौसष्टमध्ये. त्या वेळेस माझ्या वडिलांची साठी उलटून गेली होती.

माझ्या वडिलांनी जन्मभर मास्तरकी केली. हे आपले पै-पैशांचा हिशेब करणाऱ्या माणसांच्या शब्दांत म्हणायचे, तर! प्रत्यक्षात मात्र त्यांनी जन्मभर विद्यादानाचे पवित्र व्रत सांभाळले. या व्रताकडे 'मास्तरकी' म्हणून पाहिले की, माणूस एकदम लहान होऊन जातो. पण मुलांवर संस्कार, मी नाही, तर कुणी करायचे, या वृत्तीने माणूस वागला, तर म्युनिसिपालिटीच्या शाळेतही त्याला जगण्याचा हेतू सापडतो आणि त्याची मान उंच होते.

शाळा सुटली, तरी दादांचे शिकवणे संपत नसे. या शिकवणीत कसल्याही गुरुदक्षिणेची अपेक्षा नसे. विद्यार्थी कुठल्याही विषयात कच्चा राहू नये, एवढाच हेतू असायचा! मुलांना आमचे घर स्वतःचेच वाटायचे. दोन खोल्यांच्या आमच्या जागेत मुलांची हीऽ वर्दळ!

विद्यार्थ्यांशी मायाळूपणाने वागणारे दादा आम्हाला मात्र धारेवर धरीत. माणसाला नाही म्हटले, तरी राग काढायलाही एखादी जागा लागतेच. विवेकने दादांच्या हातचा भरपूर मार खाल्ला. कधी इंग्लिश सुधारण्यावरून, तर कधी हस्ताक्षरावरून! त्या काळच्या बहुतेक शिक्षकांप्रमाणे दादांचाही उत्तम हस्ताक्षर हा 'वीक पॉइंट' होता. स्वतःचे अक्षर वळणदार, मोत्यांसारखे! मुलांकडूनही तेच पक्के घोटवून घेतलेले.

एकदा गंमत झाली. शाळेत इन्स्पेक्शन होती. सगळ्या पोरांच्या पाट्यांवर एकच एक वळणदार अक्षर पाहून इन्स्पेक्टरला वाटले, बहुधा मास्तरांनीच सर्वांना लिहून दिले. दादांना हा आरोप कसा सहन होणार? ते मुलांना म्हणाले,

'पुसा रे, लिहिलेलं, आणि परत लिहा.'

पुन्हा तेच अक्षर प्रत्येकाच्या पाटीवर झळकू लागलेले पाहून इन्स्पेक्टरांनी हात जोडले.

कुठलेही काम मनापासून केले की, माणूस मोठा होतो. दादांचे असेच झाले. उत्तम शिक्षक म्हणून त्यांचा नावलौकिक झाला. सरकारी पारितोषिक मिळाले. कुठल्याशा संस्थानिकाचे बोलावणे आले. राहण्याची जागा, इतर खर्च आणि शिवाय महिना पाचशे रुपये पगार, इतके सगळे मिळणार होते. काम एकच– संस्थानिकाच्या एकुलत्या एका मंदबुद्धी मुलीला शिकवायचे. त्या काळात म्युनिसिपालिटीतल्या शिक्षकाला ही 'ऑफर' भलतीच मोठी होती, आम्ही हुरळून गेलो; पण दादांनी नकार कळविला. म्हणाले,

'एका मुलीसाठी मी इथल्या इतक्या मुलांना विद्या नाकारू?'

पुढे दादांची योग्यता ओळखून एक नावाजलेले शिक्षणतज्ज्ञ त्यांच्याकडे आले, त्यांनी संपादित केलेल्या पाठ्यपुस्तक-मालेतील भूगोलाचे पुस्तक दादांनी लिहावे, म्हणून. त्यांना मानधनात पन्नास टक्के वाटा मिळायचा होता. या पुस्तकाने दादांची आर्थिक परिस्थिती सुधारली. आमची शिक्षणे वगैरे कशी होणार, ही काळजी दूर झाली.

आमची शिक्षणे नीट पार पडली; पण थोरल्या विवेकला मात्र परिस्थितीची झळ लागल्याशिवाय राहिली नाही.

विवेक अतिशय बुद्धिमान होता. त्याची ग्रहणशक्ती असामान्य होती. टाकाने सुरेख अक्षर काढण्यापासून रेडिओ-दुरुस्तीपर्यंत, आणि वायरिंगपासून कपडे शिवण्यापर्यंत, जे जे म्हणून शिकायची संधी मिळेल, त्यात त्याने प्राविण्य मिळविले. स्कॉलरशिप्स मिळवीत मिळवीत तो मॅट्रिक पास झाला. पंचेचाळीस साली मॅट्रिकला पंचाहत्तर टक्के मार्क्स मिळवणे तेवढेसे सोपे नव्हते. पण त्याने ते जमवले. व्ही.जे.टी.आय.ला त्या वेळी डिग्री कोर्स नव्हता. तीन वर्षांचा एल. इ.इ. डिप्लोमा घेऊन विवेकने बेस्ट कंपनीत नोकरी धरली. अधिक काही करणे त्या वेळच्या आमच्या परिस्थितीत शक्यच नव्हते.

त्या मानाने आम्हा इतर भावंडांची शिक्षणे मजेत झाली. राजा टेक्स्टाईल इंजिनिअर झाला आणि मी आर्किटेक्ट. मुक्तादेखील ग्रॅज्युएट झाली. आम्हा भावंडांमध्ये एकमेकांविषयी फार ओढ होती. मला वाटते, श्रीमंत घरांपेक्षा ओढगस्तीत मोठ्या झालेल्या भावंडांमध्ये अधिक एकोपा असतो; कारण एका तुकड्याचे चार चतकोर करून खाण्याची वृत्ती, त्यांना परिस्थितीनेच शिकवलेली असते.

विवेक मात्र जगन्मित्रच होता. गल्लीतल्या आजोबांपासून कडेवरच्या मुलापर्यंत सगळ्यांची दखल तो घेई. त्यातून त्याचा स्वभाव हरहुन्नरी. कुणाची सायकल दुरुस्त करून दे, कुणाच्या गणपतीचे मखर कर, कुणाचे दिवे गेले की, फ्यूज घालून दे... असा तो सगळ्यांना उपयोगी पडायचा. आम्हा सगळ्या भावंडांत तो अधिक धष्टपुष्ट आणि रुबाबदार! पोरांना जमा करून लाठी चालवायला शिकवायचे, मारामारीत मध्ये

पडायचे, पोहण्याच्या टँकवर सर्वांत वरून उडी मारायची, गल्लीतल्या नारळाच्या झाडावर चढायचे, असे त्याचे उद्योग! गल्लीतली मुले त्याला 'डेअर-डेव्हिल' म्हणायची. पण आईला मात्र त्याची एकसारखी काळजी वाटायची. पंचेचाळीसच्या नाविकांच्या बंडात तो तीन दिवस घरात नव्हता. आम्ही सगळेच हवालदिल झालो होतो. घरी परत आल्यानंतर मोठ्या वयातही त्याला दादांच्या हातचा मार खावा लागला. पण त्याचे रात्री-अपरात्री निवडणुकांची पोस्टर्स चिकटवायला जाणे, दंग्याच्या भागात जाऊन बातम्या काढून आणणे, असले उद्योग काही बंद झाले नाहीत.

शेवटी त्याचा आडदांडपणा कमी करण्याचा उपाय म्हणूनच की काय, दादांनी त्याला लग्न करायला लावले. त्या वेळेस विवेक बेस्टमध्ये फॉल्ट ड्यूटीवर होता. फॉल्ट रिपोर्ट झाला की, ताबडतोब तो तिकडे धाव घ्यायचा. त्यासाठी त्याने जीप चालवणेदेखील शिकून घेतले. अत्यंत भरवशाचा माणूस म्हणून तो ओळखला जाऊ लागला.

एव्हाना राजाचा टेक्स्टाइलमध्ये जम बसायला लागला होता. सोलापूरच्या जाम मिलमध्ये त्याला मॅनेजरची जागा मिळाली. दरम्यान त्याचेही लग्न झाले.

मीदेखील कोल्हापूरला माझी स्वत:ची पार्टनरशिप फर्म सुरू केली.

मुक्ताचे लग्न आम्ही चांगले थाटामाटात केले; कारण आता घरात पैशाचे वारे खेळू लागले होते. सुदैवाने मुक्ताला नवरा चांगला मिळाला. आम्हा भावंडांसारखाच तो घरच्या सुखदु:खाशी एकरूप होऊन गेला.

सगळी मुले मार्गाला लागली, याचे दादांना विलक्षण समाधान! त्यांना कधी कुणी देवळात जाताना किंवा तसबिरीपुढे हात जोडताना पाहिले नाही. म्हणायचे, 'मला सगळं मिळालंय. मागायचंच नाही काही देवाकडे, तर देवळात कशाला जाऊ?'

मध्यंतरी विवेकने बेस्टमधली नोकरी सोडून सरकारी नोकरी पत्करली. त्याची ताबडतोब कोयना प्रकल्पावर डेप्युटी इंजिनिअर म्हणून बदली झाली. म्हणजे योग असा विलक्षण की तीन मुलगे असून त्यांच्यापैकी एकही जण दादांच्या उतारवयात त्यांच्याजवळ राहिला नव्हता. आता पूर्वींसारखी विद्यार्थ्यांची वर्दळही नव्हती. एके काळी आमच्या घरात, उभे राहायला जागा नसायची, तिकडे आता सोबतीला माणूस नाही, असे होऊन गेले. मग आई-दादांनी मुक्ताला विचारले. जयवंत लगेच तयार झाले आणि दुसऱ्या दिवसापासून सामान घेऊन आमच्या जागेत राहायला आले. अगदी सहजपणे दादांचा चौथा मुलगाच होऊन गेले.

तरी आम्ही कुणी जवळ नाही, याची खंत दादा-आईना असणारच. विशेषत: आईच्या पत्रांतून ती फार जाणवे. सणासुदीला तर ती हटकून तिकडे येण्याचा आग्रह करायची. आम्हाला सगळ्यांनाच मुंबईची ओढ होती. पण जायला जमले पाहिजे

ना? तरी मी तीन-चार महिन्यांतून एकदा तरी मुंबईचे काम काढतच असे. आई-
दादांना मग तेच दिवस सणासुदीचे वाटत. तसा राजाही सोलापूरहून कधीकधी जात
असेच. विवेकला मात्र फुरसत मिळणे कठीण झाले होते.

म्हणून या वेळेस दादांचे पत्र आले, तेव्हा मला थोडेसे आश्चर्यच वाटले.
दादांनी लिहिले होते :

'विवेकची तब्येत गेला महिनाभर ठीक नाही, म्हणून मी त्याला मुंबईला
बोलावून घेतले आहे. कालच तो आला. आज डॉक्टरांची अपॉइन्टमेंट घेतली आहे.'

विवेक? आणि आजारी? मला विचार पडला. आजवर विवेक आजारी पडल्याचे
कधी कुणी ऐकलेच नव्हते; आणि त्यासाठी मुद्दाम कोयनेहून मुंबईला? म्हणजे
याला असे झाले आहे तरी काय?

●

। रेखा ।

यांनी नोकरी बदलली आणि लगोलग आम्ही कोयनेला आलो.

असे म्हणतात की, यांनी कोयनेच्या ऑफिसचे वातावरणच बदलून
टाकले.

त्या दिवसांत अशा ऑफिसांमध्ये माणसे एकमेकांत मिसळत नसत. सगळे
आपापला हुद्दा सांभाळून असत. हाताखालच्या माणसाशी बोलणेसुद्धा कमीपणाचे
समजत. पण हे मात्र सर्वांशी हसतमुखाने आणि मैत्रीच्या नात्याने वागत. भेदभाव
न ठेवता. त्यामुळे थोड्याच दिवसांत, मुंबईसारखा, कोयनेमध्येही यांचा मित्रपरिवार
जमला.

स्टाफसाठी एक क्लब होता. तिथेही हा वरचा– तो खालचा, असे गुदमरून
टाकणारे वातावरण होते. पत्ते खेळायला, जेवायला माणसे एकत्र जमत, तीदेखील
आपापल्या हुद्द्याप्रमाणे. दर शनिवारी स्टाफला सिनेमा दाखवत. पण एस.इ.–म्हणजे
सुपरिंटेंडिंग इंजिनिअरसाहेब आल्याशिवाय काही तो सुरू होत नसे.

हे क्लबचे सेक्रेटरी झाले आणि त्यांनी सगळ्या नवीन पद्धती सुरू केल्या.
जेवणासाठी एक मोठे गोल टेबल टाकले. सगळे तिथे मांडीला मांडी लावून बसू
लागले. एस. इ. साहेब येवोत वा न येवोत, सिनेमा आठ म्हणजे आठ वाजता सुरू
होऊ लागला. प्रथम हे बदल वरच्या लोकांना थोडे खटकले. पण नंतर त्यांनीही ते
पटवून घेतले.

हळूहळू क्लबमधे इतरही अनेक कार्यक्रम सुरू झाले.

क्लबितर्फे एक छोटेसे नाटक बसवायचे ठरले. पण नाटकात काम करायला

एक दिवा विझताना... । ७

मुली अजिबात मिळेनात. हे मला म्हणाले,

'तू का नाही काम करीत?'

'मी नाही... मला लाज वाटते.' मी म्हणाले.

'अग, त्यात लाजण्यासारखं काय आहे? सगळी आपलीच तर माणसं आहेत!'

'मला नाही येत ॲक्टिंग.'

'इथं कुणाला येतंय? गंमत म्हणून करायचं. तूच जर केलं नाहीस, तर मी इतरांना कसं सांगू?'

'यासाठी मी करायला हवंय, होय?' मी हसू लागले.

'यासाठी असं नाही.' हे म्हणाले. 'पण तुझाही तेवढाच वेळ जाईल. नाहीतरी तुला आहे काय, दुसरं, करायला?'

मी हसता हसता एकदम गप्प झाले. माझ्या डोळ्यांत पाणी आले.

खरेच, घरात करायला काही नव्हते. लग्नाला जवळजवळ आठ वर्षे झाली– पण अजून आम्हाला मूल नव्हते. आज होईल, उद्या होईल, असे म्हणता म्हणता पहिली तीन-चार वर्षे निघून गेली. मग निरनिराळी औषधे झाली, व्रतवैकल्ये झाली; पण कशाचा काही गुण आला नाही. शेवटी डॉक्टरांनी माझे ऑपरेशन करायचा सल्ला दिला. पण यांना एवढी लांब रजा घेता येण्यासारखी नव्हती, म्हणून ते सारखे लांबणीवर पडत चालले होते.

मला वाईट वाटल्याचे यांच्या लक्षात आले. मग काहीतरी बोलून त्यांनी मला हसवण्याचा प्रयत्न केला आणि मीही त्यांना बरे वाटावे, म्हणून इवलेसे स्मित केले.

त्यांना बरे वाटावे, म्हणूनच मग मी क्लबच्या नाटकात कामही केले.

नेहमीप्रमाणे नाटक बसवण्यापासून ते आमंत्रितांना बसवण्यापर्यंत, सारी धावपळ यांनीच केली. मध्यंतरात झालेल्या कौतुक-अंकात एस.इ.ने त्यांची तोंड भरून तारीफ केली.

नाटक संपल्याबरोबर हे लगेच म्हणाले,

'चल, लौकर घरी जाऊ या.'

मला जरा आश्चर्यच वाटले. नेहमी अशा कार्यक्रमानंतर गप्पांचा मोठा कार्यक्रम असायचा. मग आजच घाई कां? शिवाय आज माझे नाटकातले पहिलेच काम! लोकांनाही ते आवडलेले! त्यांच्या कौतुकाच्या वर्षावातून इतक्या लवकर बाहेर पडणे माझ्याही जिवावर आले होते. त्यातून फोटोग्राफर यांचे फोटोमागून फोटो काढीत होता. याच्याबरोबर, त्याच्याबरोबर. पण एवढ्यात, सहनशक्ती संपल्यासारखे हे ओरडले–

'नो नो, आय ॲम टेरिब्ली एक्झॉस्टेड.' आणि ते सरळ चालू लागले.

मी चकित झाले. आजवर त्यांनी कधीच असे कुणाला तोडून टाकताना मी

ऐकले नव्हते.

पण मी त्यांच्याकडे पाहिले मात्र– कारण लगेच माझ्या लक्षात आले.

उतरलेला चेहरा, जडावलेले डोळे! कुठल्याही क्षणी ते खाली पडतील, असे वाटत होते.

खात्याची गाडी दारात उभी होती. मी त्यांना धरून गाडीत बसवले आणि दार ओढून घेतले. त्यांनी लगेच माझ्या खांद्यावर मान टाकली.

कशाला एवढी दगदग करायची? धावपळ-जागरणं-पण यांचं हे असंच. एक नाद घेतला की दुसऱ्या कशाची शुद्ध नाही.

गाडी घराशी थांबली. हे जेमतेम स्वत:च्या पायांनी दारापर्यंत चालत गेले– आणि दाराजवळच्याच दिवाणावर त्यांनी अंग टाकले.

मी त्यांच्या कपाळाला हात लावून पाहिला– ते चांगलेच तापले होते!

ही चार जुलै, त्रेसष्टची गोष्ट. आजदेखील ती तारीख माझ्या चांगली लक्षात आहे. यांच्या क्लबचे नाटक, माझे पहिलेच काम आणि यांच्या आजाराची सुरुवात!

रात्रभराच्या झोपेनंतर दुसऱ्या दिवशी सकाळी त्यांना थोडे बरे वाटले. सकाळी उठून त्यांनी चहा घेतला. थोडा ब्रेकफास्ट केला. पडल्या-पडल्या पेपर वाचू लागले. तिथेच त्यांना परत झोप लागली.

दिवसभर झोपल्यानंतर त्यांना संध्याकाळी चांगलीच हुशारी वाटली. ताप अजिबात उतरला होता. आजूबाजूला चक्कर मारून येतो, म्हणून ते बाहेर गेले.

कोणीतरी दार वाजवले, म्हणून बघते, तर रहीम– काल गाडी चालवत होता, तो.

'साब अच्छे हैं ना?' तो विचारीत होता.

'हां। अभी ठीक है। घूमने गये हैं।' मी म्हटले.

'चलो – खुदाकी मेहरबानी।' असे म्हणून तो गेला.

अंधार पडायच्या आधी हे परत आले. पण आल्या आल्या त्यांनी पुन्हा अंथरुणावर अंग टाकले. ताप थोडाफार होता; पण म्हणण्यासारखा नव्हता. थकवा मात्र फारच आला होता.

दुसऱ्या दिवशी ते कामावर जायला निघाले, 'आजचा दिवस विश्रांती घ्या,' म्हणून मी खूप आग्रह केला; पण ते ऐकेचनात. 'काम अर्धवट राहिलं आहे, ते पुरं करून येतो. निदान चाव्या तरी दुसऱ्या माणसाकडे देऊन येतो,' अशी माझी समजूत काढून ते कामावर गेलेच.

दुपारी मात्र थोडे लवकर परत आले. दिवसभर अंगात ताप नव्हता, पण काम मात्र होत नव्हतं, अशी कबुली त्यांनी दिली. म्हणाले,

'परवा एस.इ.ची दृष्ट लागली, असं सगळे म्हणतात.' आणि हसले.

मी हसले नाही.

'आपण आज डॉक्टरकडे जाऊ या.' मी म्हटले.

'डॉक्टर कशाला हवाय साडेशंभर तापाला?' यांनी मला धुडकावून लावले.

पण संध्याकाळी पुन्हा ताप आला. माझी काळजी वाढली. मी यांना न विचारताच डॉक्टर मालकमबाईंकडे जाऊन त्यांचे औषध आणले. यांना ते बळेबळेच घ्यायला लावले.

ताप तात्पुरता उतरला. पण दुसऱ्या दिवशी परत आला.

तसा ताप फार नसे. साडेशंभर-एकच्या दरम्यान असे; पण येई मात्र रोजच्या रोज. त्यामुळे यांना ऑफिसात जाण्याचे त्राणच राहिले नव्हते. ऑफिसमधले कुणी ना कुणी दररोज येऊन जाई. अगदी शिपायापासून ते एस.इ.पर्यंत सारे येऊन बघून गेले. ज्याला जो सुचला, तो उपाय त्याने सांगितला. त्यांतला जो करता येईल, तो आम्ही केला. काहींनी घरगुती औषधे आणली, ती घेतली. रहीमने कुठल्याशा पीराची उदी आणली होती, ती लावली. कुणी 'बाहेरची बाधा' आहे, म्हटले, त्यावर मात्र आम्ही विश्वास ठेवला नाही. मालकमबाईंची औषधे, गोळ्या चालूच होत्या. गुण मात्र कशानेच येत नव्हता.

असे तीन आठवडे गेले. हे अगदी अंथरुणाला खिळल्यासारखे झाले होते. भरीत भर म्हणून त्यांचे सांधे दुखायला लागले होते. गुडघे, कोपर—सारे ठणकल्यासारखे व्हायचे. ते म्हणायचे,

'काळजी करू नकोस. तापामुळेच हे सगळं होतं.'

आता तर गळ्याच्या वरच्या बाजूंना दोन्हीकडे सूजही दिसत होती. मला, काय करावे, समजत नव्हते. दिवस कामात जाई. पण रात्री मात्र मी काळजीने वेडीपिशी होई. मालकमबाईंच्या औषधाचा दोन पैसेदेखील गुण नव्हता. माझा धीर सुटत चालला. हे वरकरणी दाखवत नसत. पण यांनाही बहुधा काळजी वाटायला लागली असावी.

शेवटी मी मुंबईला पत्र लिहून कळवले. दादांना कशाला उगाच काळजी, म्हणून अजूनपर्यंत यांनी मला खुशालीखेरीज काही कळवू दिले नव्हते; पण आता मात्र कळवणे भागच होते.

उलट टपाली उत्तर आले :

'मुंबईला निघून या.'

यांचा रजा वाढवण्याचा अर्ज घेऊन मी एस.इ. साहेबांना भेटले. ते अतिशय गोड वागले. म्हणाले,

'लवकर बरा करून घेऊन या हां त्याला. ही इज अ जेम! असला माणूस जास्त दिवस डॉजेवर ठेवायला आम्हाला नाय परवडेल.'

माझ्या डोळ्यांत टचकन पाणी आले.

'डोन्ट वरी.' ते मायाळूपणाने म्हणाले, 'एव्हरीथिंग विल बी ऑल राइट. गॉडवर फेथ ठेव. गॉड इज ग्रेट.'

आम्हाला एस.टी. पर्यंत सोडायला रहीम आला होता. तो गदगदून म्हणाला, 'साहेब, कुछ गलती हुई होगी, तो माफ करना.'

यांनी त्याच्या खांद्यावर थोपटल्यासारखे केले.

'वेडा कुठला!' हे म्हणाले. 'अरे, मी कोयना सोडून नाही चाललो. परत येणारच आहे मी! पंधरा दिवसांत येतो की नाही, बघ!'

– आणि आम्ही बसमध्ये चढलो.

●

। बाळ ।

दां च्या पहिल्या पत्राच्या पाठोपाठ सविस्तर पत्रे आली. त्यांतून मला मुंबईचा वृत्तान्त समजला.

धामणसकर आमचे फॅमिली डॉक्टर! घरात कुणालाही काही झाले, तरी धामणसकरांवर भार टाकून आम्ही निश्चिंत होत असू. अर्थात विवेकला घेऊन दादा धामणसकरांकडेच गेले. त्यांनी त्याला तपासले. कुठली औषधं घेत होतास, विचारले. नाव सांगितल्यावर ते चकित होऊन म्हणाले,

'यू डोन्ट से! एक महिनाभर ही बाई तुला अँटी-बायॉटिक्स देत होती! ताप कंट्रोलमध्ये राहिला असेल, बट व्हॉट् अबाउट द साईड्-इफेक्ट्स?'

विवेक काय बोलणार?

धामणसकरच पुढे म्हणाले,

'जास्त अँटी-बायॉटिक्सनं रक्तात दोष तयार होतो. मूळची कंडिशन अॅनिमिक असली, तर मग बघायलाच नको. तू आधीच यायला हवं होतंस मुंबईला. एनी वे, घाबरायचं कारण नाही. पण आजच ब्लड चेक करून घेतलेलं बरं.'

पॅथॉलॉजिस्ट डॉ. वेलिंगांची लॅबोरेटरी आमच्या घराजवळच होती. दुसऱ्या दिवशी सकाळी दादा विवेकला घेऊन वेलिंगांकडे गेले. संध्याकाळी रिपोर्ट मिळाला.

धामणसकरांनी तो पाहिला. म्हणाले,

'काळजी करू नका. पण तुम्ही डॉ. पारिखना दाखवलेलं बरं. ते यातले स्पेशॅलिस्ट आहेत. मी चिठ्ठी देतो त्यांना.'

दादा विवेकला घेऊन डॉ. पारिखांकडे गेले. पारिखांनी इंजेक्शन्सचा कोर्स सांगितला, शिवाय गोळ्या लिहून दिल्या.

याच सुमाराला राजा काहीतरी कामासाठी मुंबईला आला होता. विवेक आजारी आहे, असे कळल्यावर तो थोडे दिवस थांबला. दादांना तेवढेच बरे वाटले.

डॉ. पारिखांच्या औषधाने विवेकला लगेच गुण येऊ लागला. त्याला ताप येत होता, तो येईनासा झाला. थकवा कायम होता, पण सांधेदुखी कमी झाली.

त्या महिन्यात राजा सोलापूरला परत गेला आणि आठ-पंधरा दिवसांनीच परत आला. मला याचे नवल वाटले, कारण राजा मुंबईत इतका वरचेवर येत नसे. विवेकसाठी आला म्हणावे, तर आता विवेकला बरे वाटू लागले होते.

महिन्याभराने मी स्वतःच माझ्या कामासाठी मुंबईला जाऊन थडकलो. विवेकला बघायचे होतेच, पण त्यासाठी मुद्दाम जावे, इतकी काळजी आता राहिली नव्हती.

विवेकला पाहिले, तेव्हा मात्र मला कसेतरीच वाटले. तो बराच अशक्त झाला होता. ते साहजिकच होते, कारण त्याचा आजार भलताच रेंगाळला होता. त्याने रजाही वाढवली होती. त्याचे हसणे-बोलणे मात्र नेहमीसारखेच उत्साहाचे होते. आता त्याच्या आजाराची सवय झाल्यामुळे घरातही, आई सोडली, तर बाकी कोणी फारसे चिंतेत नव्हते. त्यामुळे मग माझ्याही मनावरचे दडपण कमी झाले.

ती रात्र मला अजून आठवते. मी जोगळेकरकडे गेलो होतो. जोगळेकर माझा वर्गमित्र. मुंबईला आलो की, काही काही ड्रॉइंग्ज काढायला मी त्याची मदत घेत असे. आम्ही दोघे त्याच्या गच्चीत दिवा लावून काम करीत बसलो होतो.

बोलता बोलता विवेकच्या आजाराचा विषय निघाला. मी म्हटले,

'डॉक्टर पारिखांची ट्रीटमेंट चालू आहे, आणि आता बरीच सुधारणा आहे.'

'पण झालंय काय त्याला?' जोगळेकरने विचारले.

'ॲनिमियासारखंच काहीतरी आहे. राजेशाही आजार आहे. बरा व्हायला वेळ लागेल.'

'नाव नाही सांगितलं, पारिखांनी?'

'सांगितलं. 'ल्युकेमिया' आहे, म्हणाले.'

'काय?' जोगळेकर दचकून ओरडला, 'नक्की ल्युकेमिया म्हणाले?'

'हो! नक्की ल्युकेमिया. दादांनी पत्रात लिहिलं होतं तसं.'

जोगळेकर घरात जाऊन पाणी पिऊन आला. एखादे भूत पाहिल्यासारखा त्याचा चेहरा भयचकित झाला होता.

'काय झालं?' मी विचारले, 'असं का पाहतोयस तू?'

'सांगतो तुला.' आवाज शांत ठेवण्याचा प्रयत्न करीत जोगळेकर म्हणाला, 'तू ज्या सहजपणानं सांगितलंस, त्यावरून तुला हा आजार किती गंभीर आहे, याची कल्पना दिसत नाही. ल्युकेमिया ॲनिमियांचा भाऊ नाही. त्याहून कितीतरी अधिक भयंकर प्रकरण आहे. ल्युकेमिया म्हणजे रक्ताचा कॅन्सर. या रोगातून मरणाशिवाय

सुटका नाही आणि हे मरणही साधं नसतं. हालहाल करणारं. बघवणारसुद्धा नाही, इतकं भयंकर!'

मला पुढचे ऐकवेना. मी सामान गोळा न करता घरीच निघालो. मला आजूबाजूचे भानच राहिले नव्हते. कोणीतरी डोक्यावर प्रहार करावा, तसा मी सुन्न झालो होतो.

त्या रात्री मला झोप लागली नाही. पण जागेपणीच तंद्री लागल्यासारखी झाली होती. जसा काही, मी एखाद्या भयंकर दु:स्वप्नातच वावरत होतो. सारखे वाटत होते की, हे खोटे आहे. असे काही प्रत्यक्षात असणार नाही; आणि त्याच वेळी, कुठेतरी ते खरेच आहे, अशी विचित्र जाणीवही मनाला चाटून जात होती.

सकाळ झाली आणि हे खरेच असल्याची खातरी वाटू लागली. मग एकेक विचार सुचू लागले. पारिखांनी दादांना कल्पना दिली असेल का? बहुतेक नसावी. आज ना उद्या हे कळल्यावर दादांचे काय होईल? आणि आई? पहिला मुलगा म्हणून तिची विवेकवर भलतीच माया. दादांच्या रागापासून तिने त्याचा कितीदा तरी बचाव केला. आता त्याला कोण वाचवेल? या संकटामध्ये त्याला कोण पदराआड करील?

वहिनीचे आता काय होईल? आणि स्वत: विवेक– सबंध आयुष्यात सर्दी-पडसेदेखील माहीत नसलेला, बांधेसूद शरीराचा 'डेअर-डेव्हिल' विवेक– आपल्यासमोर काय वाढून ठेवले आहे, याची त्याला कल्पना तरी असेल का?

बहुधा नसावीच. घरात सगळे काही अगदी 'नॉर्मल' होते. हसणे, बोलणे, जेवणे, खाणे सगळे व्यवस्थित. मला तेवढी घरावर पडलेली काळी सावली अचानक दिसली होती, त्यामुळे मी स्वत: हबकलो होतो; पण दुसऱ्या कुणाला ती दाखवणेही शक्य नव्हते. एकट्यालाच ठाऊक झालेल्या त्या गुपिताच्या भाराखाली मला वेड लागेल, असे वाटू लागले.

शेवटी माझा विचार ठरला. मी सोलापूरला राजाकडे गेलो.

मला अचानक असा आलेला पाहून राजाला आश्चर्य वाटले. पण त्याने मला 'कां आलास?' असेही विचारले नाही.

जेवणखाण आटोपल्यानंतर आम्हाला बोलायला सवड मिळाली. तोवर मी काय बोलावे, याची शेकडो वेळा स्वत:शी उजळणी करीत होतो. कसे सांगितल्याने राजाला कमीतकमी धक्का बसेल, हेच मला समजत नव्हते. पण बोलणे जितके लांबणीवर पडत होते, तितका माझ्या मनावरचा ताण वाढत होता.

शेवटी ती वेळ आली. मी जोगळेकरचे शब्द राजाला जसेच्या तसे सांगितले.

एक शक्यता अशी होती की, राजा माझ्यासारखाच गडबडून जाईल. दुसरी अशी होती की, तो जोगळेकरला मूर्ख ठरवील आणि ल्युकेमिया असाध्य नाही, असे मला पटवून देईल.

पण राजाने यांतले काहीच केले नाही. तो फक्त एवढेच म्हणाला,

'मला कल्पना आहे या गोष्टीची. जोगळेकर म्हणाला, ते शंभर टक्के खरं आहे. मला आधीपासून ठाऊक आहे ते.'

'म्हणून तू मुंबईला एवढ्यातल्या एवढ्यात दोन वेळा गेलास?' माझ्या डोक्यात आत्ता प्रकाश पडला होता!

राजाने मान डोलावली.

'मला वाटतं, जयवंतनाही माहीत आहे– आणि त्यांनी ते मुक्तालाही सांगितलं असावं.'

कमाल आहे या माणसांची! इतकं असून यांतल्या कुणी मला सांगितलं नाही?

'दादा-आईना मात्र अजून माहीत नाही. तूही बोलू नकोस. त्यांना हा धक्का एकदम झेपणार नाही.'

'आणि स्वत: विवेक?'

'त्याला माहीत नाही बहुतेक. नाहीतर तो एवढा आनंदी राहिला नसता.'

मला त्याचे म्हणणे पटले. विवेक भलताच बेफिकीर होता. स्वत:च्या आजाराविषयी तो बोलायचा– पण ते अगदी सहजपणाने. एखाद्याने एन्फ्लुएंझाविषयी बोलावे, तसे.

त्यानंतर आम्ही कधीच या विषयावर बोललो नाही. त्याची माहिती असल्याचे एकमेकांना जाणवूही दिले नाही. जसे काही उल्लेख न करून आम्ही ते भयंकर सत्य पुसून टाकण्याचा प्रयत्न करीत होतो.

विवेकची रजा सप्टेंबरपर्यंत होती. पारिखांच्या औषधाने त्याला थोडाफार गुण आला होता; पण अजून त्याच्यात शक्ती फारशी आली नव्हती. सांधेदुखी होती तशीच होती. पण आता तो हिंडू-फिरू लागला होता. मित्रमंडळींत जाऊ-येऊ लागला होता. शीवला त्याचा पवार नावाचा एक फोटोग्राफर मित्र होता. तोही वरचेवर येऊन विवेकला बाहेर घेऊन जायचा. दुपारी मात्र वेळ जाता जात नसे. ज्यात श्रम होतील, असा उद्योग टाळायचा. मग राहिले काय? तर पुस्तक वाचणे व सिनेमा पाहणे. विवेकने मॅटिनी पाहण्याचा सपाटा लावला.

एके दिवशी आपटे नावाचे एक गृहस्थ विवेकच्या ऑफिसात काही कामासाठी आले. या आपट्यांचा व्यवसाय सामानाची ने-आण करणे हा होता. त्यांची 'कार्टिंग एजन्सी' जोरात चालली होती आणि बरीच सरकारी कामे त्यांच्याकडे होती. कोयनेला याच संदर्भात त्यांची विवेकशी ओळख झाली होती.

विवेकची तब्येत खालावली असल्यामुळे प्रथम त्याला आपट्यांनी ओळखलेच नाही. हे लक्षात येऊन विवेकने आपणहून त्यांना हाक मारली. जवळ येताच त्याला ओळखून आपटे चकित झाले.

'काय, आपटेसाहेब, ओळख विसरलात?' विवेकने हसतहसत विचारले.

'नाही. विसरेन कसा? पण तुमची तब्येत जरा–' आपटे.

'–अहो, जरा नाही, चांगलीच ढासळलीय. म्हणून तर मी कोयनेहून इथं आलो.'

'काय म्हणता? झालंय काय तुम्हांला? व्हॉट्स रॉँग विथ यू?'

'मला ल्युकेमिया झालाय.' विवेकने सहजपणे सांगितले.

आपट्यांच्या छातीत धस्स झाले. ते काहीच बोलू शकले नाहीत.

'माझं एक काम होतं, आपटेसाहेब.' विवेक म्हणाला. 'मला एक रिसीट करून हवीय – कोयनेहून इथं सामान हलवल्याची.'

'म्हणजे? तुम्ही कोयनेहून–'

'अजून सामान तिथंच आहे. आलो, तेव्हा पंधरा-वीस दिवसांत परत जाईनसं वाटलं होतं; पण आता नाही वाटत कोयना दिसेलसं. आज ना उद्या सामान हलवावंच लागणार– मग आधीच रिसीट दिलीत, तर पैसे तरी क्लेम करता येतील ऑफिसकडून. सध्या पाण्यासारखा पैसा लागतोय औषधाला.'

आपट्यांनी रिसीट देण्याचे कबूल केले. त्यांना त्यात काही नवीन नव्हते. कित्येकांना वेळप्रसंगी अशा रिसीट्स देऊन त्यांनी मदत केली होती. माणसे टिकवायची असतील, तर ते भागच होते.

डॉ. पारिखांच्या औषधाचा गुण चार-पाच महिनेच काय तो टिकला. त्यानंतर डिसेंबरपासून हळूहळू तब्येत पुन्हा बिघडायला लागली. विवेकचे रक्त आम्ही वरचेवर तपासून घेत असू. पण आता रक्ताचे काउंट्स वाढू लागले. घशाजवळच्या ग्लँड्स चांगल्याच सुजून आल्या. सांधेदुखी होतीच. पण त्याच्या जोडीला अंगावर लहान लहान गाठीही दिसू लागल्या. थकवा इतका भयंकर आला की ऑफिसला जाणे तर सोडाच, पण गल्लीतल्या गल्लीत फिरणेदेखील मुश्कील झाले. विवेकने पुन्हा अंथरूण धरले. डॉ. पारिख निरनिराळी औषधे देऊन पाहत होते. पण त्यांचा नाइलाज होतो आहे, हे आम्हाला स्पष्ट कळत होते.

मी कोल्हापूरला राहत असलो, तरी माझे मन मुंबईतल्या घराच्या अवतीभवतीच फिरत असायचे. मुक्ता मला पत्र लिहून सगळा वृत्तान्त कळवायची. तरीपण दररोज धाकधूक होतीच. पानावर बसलो, तरी मनात येई– या क्षणी विवेकची काय परिस्थिती असेल? सुधारणेनंतर परत त्याची तब्येत बिघडू लागली होती– हे लक्षण फारच वाईट! त्यातून हा आजार नवीनच ऐकलेला. किती दिवस पेशंट जगतो, हे तरी काय माहीत? सगळीच अंधारातली वाटचाल! कधीही तार येईल आणि मुंबईला जावे लागेल, यासाठी मनाची तयारी ठेवली होती.

–आणि त्याप्रमाणे खरेच एके दिवशी तार आली :

'स्टार्ट इमीजिएटली.'

तारेचा शिपाई गेला आणि मी दरवाजातच डोके धरून खाली बसलो.

शेवटी जे होणार होते, ते झाले होते. निदान होण्याच्या वाटेवर होते.

या वेळी हातपाय गाळून चालण्यासारखे नव्हते. ताबडतोब गेलो, तरच माझी काही मदत होणार होती. निदान विवेक जिवंत बघायला मिळण्याची शक्यता होती.

मी दहा मिनिटांत एस.टी.स्टँडवर हजर झालो. तार दाखवून एस.टी.त जागा मिळवली.

एस.टी.चा तो प्रवास मी जन्मात कधी विसरणार नाही. रात्री सगळे प्रवासी अंगाची मुटकुळी करून झोपले होते. मी मात्र टकटकीत उघड्या डोळ्यांनी बाहेरच्या काळोखात पाहत बसलो होतो. अंधारामध्ये दगडांचे, झाडांचे, वेडेवाकडे आकार दिसत होते. पण मनात त्याहूनही अक्राळविक्राळ आकार नाचत होते. काय पाहायला मिळेल घरी गेल्यावर?

–बिछान्यात शेवटच्या घटका मोजीत पडलेला विवेक?

–की त्याचा चादरीत गुंडाळलेला देह?

–की सारे काही सामसूम? आणि घरात जळणारी पणती?

त्या कल्पनेसरशी माझ्या अंगावर शहारे आले.

बाहेरच्या काळोखात मला पणत्या दिसू लागल्या.

एक-दहा-शेकडो-हजारो-

नाही–देव इतका क्रूर नाही–मी त्याला शेवटचे नक्कीच पाहू शकेन–मी निघालोय–तार हातात पडताच–जराही वेळ फुकट न घालवता मी निघालोय–मग तो मला भेटणार नाही, असे कसे होईल?

एस.टी.तून उतरलो, तेव्हा जवळपास एकही टॅक्सी उभी नव्हती. घरही तसे जवळच होते. मी बॅग हातात घेऊन चालत निघालो. पाच मिनिटांचा तो प्रवास! पण तो संपणारच नाही, असे वाटत होते. घरी येऊन पोहोचेपर्यंत मला ब्रह्मांड आठवले.

दरवाजा बंद होता. सगळे शांत होते. दाराच्या पलीकडे काय पाहायला मिळणार होते?

मी सारा धीर गोळा करून बेल वाजवली.

पण दार खुद्द विवेकनेच उघडले.

विवेक– अजून जिवंत होता– आपल्या पायांवर उभा होता– आणि मी मात्र त्याला–

मी त्याला दारातच मिठी मारली आणि धो धो रडू लागलो.

'अरे, रडतोस काय?' काही न समजून विवेक म्हणाला, 'आता बरे आहेत दादा. काल मात्र घाबरवून सोडलं होतं.'

'दादा?' मी चकित होऊन विचारले.

'हो. काल त्यांना एकाएकी पक्षाघाताचा झटका आला. म्हणून तुला तार केली. आता बरे आहेत. पण हॉस्पिटलमध्ये आहेत. डॉक्टर म्हणतात, उजव्या बाजूला

धोका आहे. कदाचित लुळी पडेल.'

माझी एक काळजी तात्पुरती मिटली होती.

–आणि दुसरी सुरू झाली होती.

●

। रेखा ।

दादांना आलेला पक्षाघाताचा झटका अकल्पितच होता.

तसे म्हटले, तर दादांची तब्येत या वयातही ठणठणीत होती. पण कधी काय होईल, याचा भरवसा नसतो! त्या दिवशी आम्ही सगळे गप्पा मारीत बसलो होतो. यांनादेखील जरा बरे वाटत होते. यांच्या लहानपणच्या आठवणी आई सांगत होत्या. कसे एकदा हे एका माकडाची खोडी काढायला गेले आणि माकडांची टोळीच्या टोळी मागे लागली, हे ऐकता-ऐकता दादांना एकदम हसू आले. वास्तविक ते तसे गंभीर स्वभावाचे. कधीच मोठमोठ्याने हसत नाहीत. त्यातून यांच्या आजारापासून ते अधिकच गंभीर झालेले. पण कसे, कोण जाणे, त्या दिवशी त्यांना एवढ्या जोराने हसू आले, न् हसता-हसता एकदम आपले बसल्या जागेवरून खालीच कोसळले.

आम्ही सगळे घाबरून गेलो. पाणी वगैरे मारून त्यांना शुद्धीवर आणण्याचा प्रयत्न करू लागलो. पण ते नुसते बेशुद्ध नव्हते. बेशुद्धीतही जागच्या जागी तडफडत होते. त्यांचा तो झटका पाहून आई भीतीने रडूच लागल्या. घरात पुरुषमाणूस दुसरे कुणीच नव्हते. शेवटी यांच्यात कुठून बळ आले, कुणास ठाऊक! यांनी फोन करून धामणसकरांना बोलावून घेतले. तोवर जयवंत आलेच होते. मग हॉस्पिटलमध्ये पोहोचवण्याची धावाधाव मुक्ताने आणि जयवंतांनीच केली.

दोन-चार दिवसांत दादांना बरे वाटले. पण त्यांचा उजवा हात मात्र ताठच राहिला होता. त्याची फारशी हालचाल होत नव्हती. पायावरही परिणाम झाला होता. पण डॉक्टर म्हणाले, की–

वरचेवर मसाज केल्याने तो बरा होईल.

दहा-बारा दिवसांत दादा हॉस्पिटलमधून परत आले. त्यांच्या हाताचा आणि पायाचा मसाज चालूच राहिला. बऱ्याच वेळा जयवंत त्यांना मसाजसाठी घेऊन जात. क्वचित जयवंत नसले, तर मग हे जात. हात सुधारण्याची लक्षणे नव्हती; पण निदान मोठे संकट टळले होते.

दादांनी एकदम खूप घाबरवले, हे खरे; पण त्यांना गुणदेखील पटकन आला. नाहीतर यांचा आजार! आज जवळ-जवळ सात महिने होत आले, पण अजून काही

यांना बरे वाटलेले नाही. निदान कधी बरे होणार, याची शाश्वती हवी! पण इथे पाहावे, तर आजचा दिवस कालच्यासारखा. प्रकृती कणभराने अधिकच बिघडलेली. पण सुधारणा नाही. मी असे बोलू नये, पण दादा हॉस्पिटलमधून परत आले, तेव्हा मला आईचा हेवा वाटल्याखेरीज राहिला नाही.

कधी-कधी मला भयंकर शंका यायची. यांचा हा आजार आहे तरी कसला? असाध्य तर नाही? पण विचारणार कुणाला? आणि विचारले, तरी मला खरे कोण सांगणार? कधीकधी वाटायचे की आपणच तेवढे अंधारात आहोत. बाकी सर्वांना खरे काय ते माहीत आहे. मग मन प्रत्येकाच्या वागण्यातून अर्थ काढीत बसायचे. राजाभाऊ सोलापूरहून वरचेवर का येतात? बाळभाऊजी यांच्या मनाला एवढे का जपतात? भावंडांचे एकमेकांवर खूप प्रेम आहे, हे खरे; पण म्हणून यांचा प्रत्येक शब्द झेललाच पाहिजे, असे नाही. हे अगदी चिडून काही बोलले, तरी कोणी उलट उत्तर देत नसे. का हे असे? जे मनात येई, त्याने जिवाचे पाणी पाणी होई.

कधी वाटायचे, देवाचे काही करावे. पण दादांनाच देवाचे विशेष काही नसल्यामुळे घरात पूजासुद्धा होत नसे. मग मी कुणाच्या तरी सांगण्यावरून आपली आपणच शिवलीलामृताचा अठरावा अध्याय वाचू लागले. पण खरा आधार होता, तो यांचाच. ह्यांचा हास्यविनोद पूर्वीसारखाच चालू होता. डॉक्टरांबरोबर ते रिपोर्टविषयी चर्चा करीत. त्यावरून त्यांना आजाराची नीट माहिती असावी, हेही नक्कीच. ते जोवर काळजीत दिसत नव्हते, तोवर मला आशा सोडायचे कारण नव्हते.

पण जानेवारी उलटला आणि सगळ्यांच्याच तोंडचे पाणी पळाले. यांनी कामावर जाणे तर पूर्वीच सोडले होते. पण आता तर त्यांना अंथरुणातूनही उठवेना, इतका अशक्तपणा आला. त्यांना शुद्ध रक्त वरचेवर घ्यावे लागायचे. पण ते घेतानाही हुडहुडी भरल्यासारखे होई.

हळूहळू घरातले हास्यविनोद संपले. आम्ही एकमेकांशी कामापुरते बोलू लागलो. एरवी गप्पच असू. मनात नाना विचार येत. ते टाळण्यासाठी मी काम शोधत राहायची किंवा स्तोत्र म्हणत बसायची; पण तरीही एखाद्या वेळी धडकी भरायची. वाटायचे, पूर्वीच ऑपरेशन करून घेतले असते, तर एखादे मूल तरी झाले असते. असल्या काहीबाही विचारांनी डोळे भरून यायचे आणि ते यांच्यापासून लपवता लपवता पुरेवाट व्हायची.

आता घरातल्या सगळ्यांच्याच मनाची तयारी होऊ लागली होती, आणि लपवाछपवीचे कारणच उरले नव्हते. पक्षाघाताचा झटका आल्यानंतर दादांच्या हातून पूर्वीसारखे काम होत नव्हते आणि त्यांना मदतीची गरज होती. मग बाळभाऊजींनी तात्पुरती कोल्हापूरची रजा घेतली आणि ते इकडेच येऊन राहिले.

पारिखांच्या ट्रीटमेंटचा आता काही उपयोग होईनासा झाला होता. तेव्हा आम्ही,

सुचतील, ते ते उपाय करू लागलो होतो. आजवर दादांनी कधी देवाला हात जोडले नव्हते; पण आता ते आणि आई–राजाभाऊंबरोबर पंढरपूर, तुळजापूर, गाणगापूर अशा सगळ्या ठिकाणांची यात्रा करून आले.

गावचा एक जण आला आणि सांगून गेला की यांच्यावर करणी केली आहे. आपल्या ओळखीच्या एका नामवंत मांत्रिकाला तो सातार्‍याजवळच्या पाडळी गावाहून घेऊन आला. प्रवासखर्च म्हणून आमच्याकडून दोनशे रुपये घेतले. मांत्रिकाने लिंबामध्ये उदबत्त्या खोचून मंत्रतंत्र केले आणि कोयनेच्या कोणा मद्रासी माणसाने करणी केल्याचे सांगितले. अवसेच्या रात्री पोतेभर चुरमुरे वाटून शांती करावी लागते, असे सांगून त्याने आमच्याकडून पाचशे रुपये काढले.

एके दिवशी 'टाइम्स'मध्ये जाहिरात वाचली की सरदारगृहात एक मद्रासचा मांत्रिक उतरला आहे. त्याने, म्हणे, पंडितजींच्या समोर सापाचे विष मंत्राने उतरवून दाखवले.

बाळभाऊजी आणि जयवंत जाऊन त्याला टॅक्सीने सरदारगृहातून घेऊन आले. माणूस इतका रुबाबदार आणि मिठ्ठास वाणीचा होता की, आम्हाला लगेच तो म्हणेल, ते खरे वाटू लागले. अकरा ब्राह्मणांचे एक महिना अनुष्ठान करतो, मुलाला महिनाभरात बरे वाटेल, असे सांगून तो पाचशेएक रुपये घेऊन गेला.

आता विचार केला, तर पैसे असे उधळण्याचा मूर्खपणा आम्ही का करीत होतो, ते समजत नाही. पण तेव्हा सगळे म्हणायचे की देऊ या पैसे. या माणसाचं आपण पूर्वजन्मीचं देणं लागत असू. कशानेही का होईना, गुण आला, म्हणजे पुरे. त्यातून सध्या पैसे खर्च करण्याची परिस्थिती आहे, हेही कमी नाही. पूर्वी ती तरी कुठे होती? आपल्या माणसासाठी खर्च करायचा नाही, तर कोणासाठी?

मार्च महिना लागला आणि यांच्या शरीरावर लहान-लहान काळे डाग दिसायला लागले. त्यांनीच ते मला दाखवले. डोळ्यांतले पाणी लपवण्यासाठी मी तोंड फिरवले. पण ते हसत-हसत म्हणाले,

'वेडी! अगं, या डागांनी काय फरक व्हायचाय? आधीच आम्ही मोठे गोरे पडलो की, नाही? मूळच्या रंगात डाग दिसतसुद्धा नाहीत!'

त्यांचे ते हसणे ऐकले आणि मला कळले की आता शेवटची आशादेखील संपली! कारण त्यांचे हसणे केवळ आमच्यासाठीच होते. सारे काही त्यांना कळले होते. कदाचित यापूर्वीच कळले असेल आणि तेव्हाही ते आत्ताच्यासारखेच खोटे हसत असतील. मीच बापडी खुळ्यासारखी त्यांच्या हसण्यामुळे फसत होते.

आता नशीब सोडून बाकी कुणावरन्ं भिस्त नव्हती.

राजाभाऊंनी सोलापूरमधली नोकरी सोडली आणि ते मुंबईच्या फिनले मिल्समधे वीव्हिंग मास्टर म्हणून आले. खरे तर, ही नोकरी आधीच्या नोकरीपेक्षा काहीशी कमी

दर्जाची होती; पण मुंबईत राहायला मिळणे सध्या त्यांना महत्त्वाचे वाटत होते. मध्यंतरी कोल्हापूरला परत गेलेल्या बाळभाऊजींनाही राजाभाऊंनी परत बोलावून घेतले. का बोलावले, याचे काहीतरी चिल्लर कारण त्यांनी माझ्या समाधानासाठी सांगितले. पण मी काहीच बोलले नाही.

यांच्या मनात काय चालले असेल, याची कल्पनाही येत नसे. ते शांतपणे रेडिओ ऐकत पडलेले असायचे. पवार नावाचा त्यांचा एक फोटोग्राफर मित्र होता, त्याने त्यांना टेपरेकॉर्डर आणून दिला होता. त्यावर हे एकसारखे कुमार गंधर्वांच्या आणि भीमसेन जोशींच्या टेप्स लावायचे. मला वाटते, त्यांचे गाणे सोबतीला होते, म्हणूनच यांना जिणे सुसह्य होत होते. जिथे आम्ही कुणी पोहोचू शकत नव्हतो, तिथे ते सूरच त्यांना साथ देत होते.

मध्यंतरी त्यांचा आहार बऱ्यापैकी झाला होता. मासे वगैरे ते आवडीने खात; पण आता त्यांची भूक मंदावली. ब्लड-ट्रान्सफ्यूजनच्या वेळी हुडहुडी भरणेही वाढले. केस तर साफ गळले होते. त्यामुळे आता त्यांना ओळखणेही कठीण झाले.

एके दिवशी यांच्या मनात काय आले, कोण जाणे, यांनी पवारकडे हट्ट धरला की आमचा दोघांचा एक फोटो काढ. लग्नानंतर काढू काढू म्हटले, तरी कधीच काढला गेला नव्हता. आता तरी काढ! पवारने पुष्कळ समजूत घातली की तू बरा झाल्यावर फोटो काढू; पण हे ऐकेचनात.

बिचारा पवार दुसऱ्या दिवशी सकाळी कॅमेरा घेऊन आला. उश्या वगैरे लावून यांना साधारण बसते केले. यांनी चेहरा हसरा ठेवला होता. पण मला ते कसे जमणार? मी दातांत पदर धरून हुंदका कसाबसा थांबवला. पण पवार म्हणू लागला, 'चेहरा झाकला जातोय'. मी महत्प्रयासाने हुंदका दाबला. तरी यांना तो कळल्याखेरीज राहिला नाहीच. अगदी हलक्या आवाजात ते म्हणाले,

'आय ॲम सॉरी, रेखा.'

मग मात्र मी रडे आवरले. कसाबसा फोटो उरकला.

एवढ्यात डॉक्टर पारिख आले. अलीकडे ते दररोज येऊन चेकिंग करीत.

पवार जायला निघाला—एवढ्यात यांनी त्याला आठवण केली :

'अरे, ते आपटे तुमच्याच कॉलनीत राहतात ना? ते मला रिसीट देणार होते सामानाची. अजून दिली नाही. मग विसरले का काय, कोण जाणे! आज आठवण करशील का त्यांना?'

पवार 'हो' म्हणाला.

'नक्की सांग हं त्यांना.' हे मिस्किलपणे हसून म्हणाले, 'म्हणावं, जरा घाई करा.'

डॉक्टरांनी त्यांना तपासले. मग माझ्याकडे पाहिले. बोलले काहीच नाहीत; पण ते जरा गंभीर झाले होते. राजाभाऊंना आणि बाळभाऊजींना निसटती खूण करून ते निघाले.

ते दोघेही त्यांच्या पाठोपाठ खाली गेले.

मी समजून चुकले.

ज्याचे भय वाटत होते, तो दिवस आता लांब नव्हता.

माझ्या डोळ्यांसमोर अंधारी आली. मी त्यांच्या पायगतीच अंथरुणावर कोसळून पडले.

●

। बाळ ।

मी आणि राजा, आम्ही दोघे परिखांच्या पाठोपाठ खाली आलो. कारमध्ये बसण्यापूर्वी डॉक्टर थांबले,

माझ्या खांद्यावर हात ठेवीत म्हणाले,

'वेल, यू मस्ट प्रिपेअर युअरसेल्फ फॉर व्हॉट इज इन स्टोअर. विवेकची ही शेवटची स्टेज आहे. ही विल नॉट सर्व्हाइव्ह फॉर मोअर दॅन टेन डेज. जास्तीतजास्त दहा दिवस!'

राजाने डोळ्यांच्या कडा पुसल्या. डॉक्टरांनी त्याच्या पाठीवर थोपटल्यासारखे केले. त्यांना कधीच इतके कनवाळूपणे बोलता-वागताना पाहिले नव्हते. जणू काही ते डॉक्टर नसून आमच्या कुटुंबातलेच एक होते.

'आय नो, यू विल मिस हिम. इव्हन आय ॲम गोईंग टू मिस हिम. मी असं सरळ तुमच्या तोंडावर सांगतोय–माफ करा. पण सांगतो, त्याला कारण आहे. तुम्ही तुमच्या आई-वडिलांनाही सांगून ठेवा. सगळ्यांनीच मनाची तयारी करायला हवीय; पण शक्य असेल, तर शेवटच्या दिवसांत त्याच्या बायकोला इथं ठेवू नका. कारण जे दिसेल, ते तिला सहन होणार नाही. ल्युकेमियाच्या पेशंटचं मरण भयानक असतं. त्याच्या अंगावर आता जिथं जिथं काळे ठिपके उठले आहेत, तिथं तिथं त्याची कातडी फुटेल आणि रक्त वाहायला लागेल. नाक, कान, नखांच्या कडा– सगळीकडून सडकं रक्त वाहत राहील. जायच्या दिवशी त्याला डायरियासारखा एखादा लहानसा आजार होईल किंवा त्याहीपेक्षा वाईट म्हणजे विलक्षण गुदमरल्यासारखं होईल. गळा दाबल्यासारखे हाल दोन-चार तास होतील. ते बघायचं, म्हणजे माणूस धीराचं हवं. तो धीर तुम्हांला यावा, म्हणून आत्तापासूनच सांगून ठेवलं.'

डॉक्टरांची कार गेली, तरी आम्ही कितीतरी वेळ एका जागी खिळल्यासारखे रस्त्यातच उभे होतो, एकमेकांशी काहीच न बोलता. बोलण्यासारखे उरलेच होते काय?

आता फक्त दिवस मोजायचे. दहा-नऊ-आठ-सात...

डॉक्टर भविष्य सांगून चुकले होते. आता ते खोटे ठरणे अशक्य होते.

–आणि त्याच दिवशी दुपारी आपटे घरी आले.

ते विवेकने मागितलेली रिसीट द्यायला आले होते. बहुधा पवारने गेल्या गेल्या त्यांना सांगितले असावे.

आमचे बोलण्यात लक्ष नव्हते. आपट्यांशी आम्ही तुटकपणेच वागत होतो. ते केव्हा एकदा जातील, असे झाले होते.

पण आपटे चांगलेच गप्पा मारण्याच्या मूडमध्ये दिसत होते.

शेवटी ते जायला निघाले.

'जरा खाली येता का?' ते आम्हाला म्हणाले.

'चला.' मी आणि जयवंत त्यांना खालपर्यंत पोहोचवायला गेलो.

'मला एक सांगायचं होतं.' आपटे म्हणाले.

'हे बघा, आपटे, आपण नंतर कधीतरी बोलू.' जयवंत म्हणाले. 'आज आम्ही कोणीच बोलण्याच्या परिस्थितीत नाही. विवेकचं जरा जास्त आहे.'

'हो. मी त्याच्या ऑफिसात गेलो होतो, तर ओळखताच आलं नाही मला. म्हणाला, मला ल्युकेमिया झालाय. मी तर हादरूनच गेलो.'

'हो–पण आता त्याची शेवटची अवस्था आहे! आम्ही जातो. नमस्कार.' आम्ही निघालो.

'थांबा.' आपटे म्हणाले, 'ल्युकेमियाचं नाव घेतल्याबरोबर मी का हादरलो, ते सांगतो. गेल्या वर्षी माझी बायको याच आजारानं वारली.'

आम्ही एकदम थबकलो. आपल्यासारख्याच दुःखातून गेलेला एक माणूस आपल्यासमोर उभा आहे, याची आम्हाला इतका वेळ जाणीव नव्हती.

'मी आज नुसता रिसीट द्यायला आलो नव्हतो.' आपटे म्हणाले, 'मला एक प्रयत्न करावासा वाटतो. तुमच्या भावाला बरं वाटावं, म्हणून. त्यात माझा काडीचा स्वार्थ नाही. तुम्हाला पैचा खर्च येणार नाही. फक्त विश्वास हवा. विश्वास ठेवण्याच्या तयारीनं या तुम्ही माझ्याकडे. आज रात्री या. तुम्ही दोघेही.'

भारल्यासारखे आम्ही आपट्यांचे बोलणे ऐकत होतो.

आज-रात्री-माझ्याकडे-या...

●

। आपटे ।

मी आणि माझी बायको. आमचा जोडा तसा विजोड होता. म्हणजे मी दिसायला चारचौघांसारखा, तर ती काहीशी देखणी. मला चारचौघांत मिरवण्याची आवड, तर तिला साधेपणा प्रिय. मी व्यवहारी. त्या मानाने तिचे

व्यवहारात लक्ष कमी.

पण इतके असूनही आमचे एकमेकांवर फार प्रेम होते. म्हणजे सर्वसाधारणपणे नवरा-बायकोचे असते, त्याहीपेक्षा अधिक. ती आमच्या नात्यातली; आम्ही दोघे लहानपणापासून एकत्र वाढलो, खेळलो, म्हणून असेल, कदाचित.

कदाचित तिचा समजूतदारपणाही याला कारण असेल. ती माझे दोष ओळखून मला सांभाळून घ्यायची. तिची शरीरयष्टी चांगली मजबूत होती. मॉंटेसरी स्कूलमधली आपली नोकरी सांभाळून ती दोन मुलांकडे लक्ष ठेवायची; शिवाय घर विलक्षण टापटीप ठेवायची.

आम्ही दोघेही अगदी सामान्य होतो. मला, कुठल्याही मार्गिने का होईना, पण पैसा कसा मिळवावा, हे ठाऊक होते. कार्टिंगचा धंदा बऱ्यापैकी चालत होता. पण याप‍लीकडे विशेष सांगण्यासारखे माझ्यात काहीच नव्हते. तिच्यात मात्र एक काहीसा असामान्य गुण होता. काही काही गोष्टींची सूचना तिला नकळत मिळायची. कधीकधी संध्याकाळी घरी येताच ती मला विचारायची,

'आज कुणाशी भांडण तर नाही झालं? दुपारी अडीचच्या सुमाराला?'

'भांडण नाही, थोडी कुरकुर मात्र झाली पार्टनरशी. पण तुला कसं कळलं?'

'कसं, कोण जाणे. पण मला दुपारी अगदी बेचैन वाटत होतं खरं.'

असे क्वचित कधीतरी जगावेगळे व्हायचे. पण याप‍लीकडे काही नाही. आमचा संसार तसा चारचौघांसारखाच चालला होता.

एकदा रात्री जेवण झाल्यावर आम्ही गप्पा मारीत बसलो होतो. मुले पलीकडे झोपली होती. निर्मला एकदम म्हणाली,

'आता मोठी झाली नाही मुलं? आता काय, त्यांना आई नसली, तरी चालेल!'

मला ते ऐकून कसेतरीच वाटले.

'असं काय बोलतेस वेड्यासारखं?' मी म्हणालो, 'मुलांना आई नसून कसं चालेल?'

'कोण जाणे! पुढल्या महिन्यात मी कुठं असेन, ती कुठं असतील?'

आज हिने हे काय बोलणे काढले होते, कुणास ठाऊक! मला ते अधिक ऐकवेना. मी विषय बदलला. मग मात्र ती नेहमीसारखी बोलायला लागली.

त्यानंतर होळीचा सण आला. घरात गोडाधोडाचे जेवण होते. जेवताना वाटते, हिच्या दाढेत काहीतरी अडकले. ते काढण्याचा तिने प्रयत्न केला; पण दाढ अधिकच ठणकू लागली. संध्याकाळी 'ॲनासिन' घेऊन ती झोपली.

पण दुसऱ्या दिवशी सकाळी गळ्याजवळ एका बाजूला चांगलीच सूज आलेली! आम्ही संध्याकाळी डेन्टिस्टकडे जायचे ठरवले. पण संध्याकाळपर्यंत दुसरीही बाजू सुजली.

ते पाहिल्यावर मात्र मनात चर्रर झाले. हा नुसता दातांचा आजार नाही, अशी

भीती वाटली. मी तिला घेऊन लगेच फॅमिली डॉक्टरकडे गेलो. त्यांच्या सांगण्यावरून लगेच रक्त वगैरे तपासून घेतले. माझी अभद्र शंकाच खरी ठरली. निर्मलेला 'ल्युकेमिया' झाला होता आणि तोही 'गॅलपिंग.' औषधोपचार करायलाही वेळ नव्हता. ती आता आठ-दहा दिवसांचीच सोबतीण होती.

दुसऱ्या दिवशी तिला 'बॉम्बे हॉस्पिटल'मध्ये अॅडमिट् केले. मुलांना आजीकडे ठेवून मी सगळा वेळ निर्मलेच्या उशाशी बसून राहू लागलो.

रात्रीची वेळ होती. बसल्याबसल्या मला मध्येच डुलकी लागली. एवढ्यात निर्मलेने मला उठवले.

'अहो, उठा. मला भयंकर गुदमरल्यासारखं-जरा ऑक्सिजन–'

मी धावतच नर्सकडे गेलो. तिने ऑक्सिजन दिला.

हळूहळू निर्मला स्वस्थ झोपल्यासारखी दिसू लागली.

सकाळी मी उठलो. बॉम्बे हॉस्पिटलच्या डॉ. शहांकडे गेलो. विचारले,

'कितपत आशा आहे? माझा धीर सुटत चालला आहे!'

शहांनी माझी कशीबशी समजूत घातली.

मी नाइलाजाने परत येऊन निर्मलेच्या उशाशी बसून राहिलो.

ही अवस्था भलतीच वाईट! आपले प्रिय माणूस तडफडत असताना बघावे लागते–पण त्याला आराम देण्यासाठी आपण काहीही करू शकत नाही!

निर्मलेने डोळे उघडले. विचारले–

'कुठं गेला होता?'

'कुठं नाही–इथेच तर होतो.'

'खोटं! मी सांगू, कुठं गेला होता?'

'कुठं? मुलांकडे?'

'नाही. डॉक्टर शहांकडे. माझी कितपत आशा आहे, हे विचारायला. होय ना?'

'तुला कसं कळलं?'

'मी होते तिथंच.'

'म्हणजे?'

'म्हणजे तुम्ही शहांकडे गेलात, तेव्हा मी तुमच्याबरोबरच गेले. ही आता तुमच्यापुढे परत येते आहे–'

निर्मला नक्की वातात बडबडत होती! मी अधिकच घाबरून गेलो.

'माझ्यावर विश्वास ठेवा. काल रात्री तुम्ही ऑक्सिजन दिलात ना, तेव्हाच एक झालं. मी या शरीरातून बाहेर पडले. बाजूला उभी राहून या माझ्या शरीराकडे पाहायला लागले. काय भयंकर अवतार झालाय्, हो, या शरीराचा! सगळीकडून नुसतं फुटून निघालंय्. जागा मिळेल तिथून रक्त बाहेर औषयला पाहतंय्. चेहरा तेवढा

अजून जरा बरा आहे–'

'जास्त बोलू नकोस. तुला धाप लागेल–'

'ऐका तरी. आता फार वेळ नाही बोलणार मी तुमच्याशी–' ती म्हणाली– 'तर काय सांगत होते? बाहेर पडले आणि मोकळी झाल्यासारखी सगळीकडे भिरीभिरी फिरले. घरी जाऊन आले. मग आठवलं. मुलं आजीकडे आहेत. मी तिथं जाऊन त्यांना पाहून आले. सकाळी तुमच्याबरोबर आले–शहांकडे. ही आताच परत येतेय. इतका वेळ माझ्या सगळ्या वेदना थांबल्या होत्या. पण आता शरीरात परत आलेय ना–तर दुखणं जाणवायला लागलंय.'

वेदना असह्य व्हायला लागल्यामुळे ती बोलायची थांबली.

मी चक्रावून गेलो होतो. ती बोलली, त्यात एक प्रकारची सुसंगती होती. ती केवळ भ्रमात बोलत होती, असे कसे मानायचे? आणि तसे असेल, तर मी डॉक्टर शहांकडे गेल्याचे तिला कळले कसे?

अगदी विलक्षण असामान्य परिस्थितीत जीव शरीरातून बाहेर पडून अशरीरी फिरू शकतो, अशी उदाहरणे मी कुठे कुठे वाचली होती. वाचली, तेव्हा मी त्यांवर मुळीच विश्वास ठेवला नव्हता. निवळ रंजक माहिती, म्हणूनच मी ती सोडून दिली होती. पण आता वाटू लागले की, असा काही प्रकार खरोखरच असेल का?

थोड्या वेळाने तिने डोळे उघडले. मला म्हणाली–

'मी जाणार आहे, तिथं सारं चांगलं आहे, शांत आहे, सुखाचं आहे. मला नीट समजलंय. आता मला भीती वाटत नाही तिथं जाण्याची–'

'असं काहीतरी बोलू नकोस. तू बरी होशील–'

मी तिची समजूत घातल्यासारखे बोललो; पण माझा मलाच स्वत:च्या शब्दांचा पोकळपणा जाणवला. माझी आशा एका सामान्य माणसाची होती. या जगातली. तिला त्या पलीकडचे काहीतरी जाणवले होते. कसली तरी नवीन ओळख पटली होती. तिला आता कसल्याही लौकिक आश्वासनांची गरज नव्हती.

'आज रात्री नऊ वाजता मी जाणार. जवळच्यांना निरोप घ्यायला बोलावून ठेवा.' ती म्हणाली.

एवढे बोलून ती डोळे मिटून पडून राहिली.

दिवसभर ती बेशुद्धच होती.

मला, काय करावे, ते कळेना. मी जवळच्या नातेवाइकांना रात्री नऊपर्यंत या, म्हणून सांगून ठेवले.

आठ वाजल्यापासूनच तिच्या रूममध्ये आणि बाहेरही गर्दी जमली. आजचा प्रसंग वेगळा आहे, हे ओळखून हॉस्पिटलच्या अधिकाऱ्यांनी हरकत घेतली नाही. निर्मला अजूनही बेशुद्धच होती. तिचा श्वासोच्छ्वास नीट होत नव्हता.

काटा जसजसा नऊकडे सरकू लागला, तसतसा माझ्या पोटात खड्डा पडू लागला. भीती म्हणावी, तर भीतीही वाटत नव्हती. चिंताही वाटत नव्हती. पण रोजच्या व्यवहाराचे सगळे विचार सुटले होते, एवढे खरे. मोहिनीमंत्र घातल्याप्रमाणे मन फक्त 'नऊ वाजले, की–' एवढाच विचार करीत होते. डोळे घड्याळाच्या काट्यावर बांधल्यासारखे झाले होते.

बरोबर नऊ वाजता तिने डोळे उघडले. एकदा जमलेल्या माणसांकडे पाहिले. माझ्याकडे पाहून किंचित स्मित केले. हे तिचे पाहणे अगदी नेहमीसारखे होते. क्षणापूर्वी ती बेशुद्ध होती, हे खरेसुद्धा वाटले नसते. सगळ्यांकडे पाहून तिने एकदाच हात जोडले. मग हात तसेच खाली झाले आणि पापण्या मिटल्या गेल्या.

एका सर्वसामान्य आयुष्याचा अशा रीतीने लोकविलक्षण शेवट झाला...

निर्मला गेली आणि काही दिवस मनच संसारातून उडाल्यासारखे झाले. मुले एकसारखी आईची आठवण काढून खिन्न होत, शिवाय त्यांची रोजची काळजी घ्यायलाच हवी होती. ते काम मुलांचे मामा-मामी करू लागले; पण तरीही कशात चित्त लागेना. झाले, ते सगळे इतक्या अचानक होऊन गेले होते की अजूनही मला आपण एखाद्या स्वप्नात आहोत, त्यातून जागे झाल्यावर ती अजूनही या जगात दिसेल, असेच वाटायचे.

मी नाइलाजाने ऑफिसात जात होतो. पण घरी आल्यानंतर एकटाच खिन्नपणे बसून राही. ती असताना आमचा बराचसा वेळ हितगुज करण्यात जाई. आता ती गेल्यामुळे वेळ मला खायला उठला. काहीतरी आठवणी काढीत, कसले तरी विचार करीत मी वेळ काढू लागलो.

असाच त्या दिवशी बसलो होतो. हातात उघडे पुस्तक होते. पण एक ओळ वाचली जात नव्हती.

एवढ्यात शब्द आले :

'ऐकलं का? तुम्ही एकदा ऋषींकडे जा–'

मी विलक्षण दचकलो. नक्की हा निर्मलेचाच आवाज–अगदी स्पष्ट ऐकू आला!

मी आजूबाजूला पाहिले.

सारे जिथल्या तिथे. सगळे खरेखुरे. मी पूर्णपणे जागा.

मग हे कोण बोलले? आणि अर्थ तरी काय याचा? 'ऋषीं'कडे जा, म्हणजे काय? आमच्या ओळखीत किंवा नात्यात अशा नावाचे कुणीच नव्हते.

मी बेचैन झालो. पण उपाय नव्हता. भास म्हणून सोडून देणे, एवढेच शक्य होते. स्वप्नात येऊन ती काही सांगेल, अशी अटकळ होती, पण स्वप्नात ती कधीच आली नाही. स्वप्ने पडायची, ती नेमकी कंपनीच्या कामाची.

एके दिवशी मी ऑफिसला जाण्याची तयारी करीत होतो. बुटाची नाडी

बांधताना एकदम ओळखीचा आवाज आला–

'ऋषींकडे जाऊन या हां एकदा–'

नाडी बांधता-बांधता माझा हात थबकला. या वेळेस हा भास नव्हता. शब्द अगदी स्पष्ट आले होते. आवाजही निर्मलेचाच. पण मी काय करायचे? ऋषींकडे– म्हणजे कुठे जायचे?

–आणि अचानक मला या प्रश्नाचे उत्तर मिळाले. एकदा काही कामासाठी गिरगावात गेलो होतो. 'सेंट्रल' सिनेमाजवळ बससाठी उभा होतो.

–आणि एकाएकी रस्त्यावरची माणसांची, वाहनांची गजबज सेकंदभरच बंद झाली आणि स्पष्ट शब्द आले :

'ऋषी जवळच राहतात. चौकशी करा.'

पुन्हा रस्त्यावरची गडबड चालू झाली. मी भानावर आलो. हा भास नक्कीच नव्हता– या मागे काहीतरी हेतू होता–कसली तरी योजना होती–

मी बस-स्टॉप सोडून निघालो.

चार-दोन माणसांना विचारले. शेवटी एका वृद्ध माणसाने एका उंच इमारतीकडे बोट दाखवले. इमारतीच्या दाराशीच उसाच्या रसाचे दुकान होते. म्हातारेबुवा म्हणाले,

'या इमारतीमध्ये जा. शेवटच्या मजल्यावर टोकाची खोली.'

इमारत तशी बरी होती, पण जिना उभाच्या उभा. खालपासून थेट वरपर्यंत गेलेला. प्रत्येक मजल्यापाशी थोडी थोडी जागा सोडलेली.

टोकाच्या खोलीशी जाऊन थांबलो. दारावर पाटी होती :

'मिस्टर ऋषी, स्पिरिच्युऑलिस्ट.'

मी दार ठोठावले.

एका मध्यमवयीन बाईंनी दार उघडले. दारातूनच विचारले,

'कोण पाहिजे?'

मी म्हटले,

'मला ऋषींना भेटायचं आहे.'

किंचित नाराजीनेच त्यांनी मला आत घेतले. समोर एक वृद्ध गृहस्थ, अंथरुणावर, शरीर लुळे पडल्याप्रमाणे बसून होते. बाई काही बोलल्या नाहीत. पण मी तर्कानें ओळखले की, हेच ते ऋषी– 'स्पिरिच्युऑलिस्ट.'

अनोळखी माणसांना तिथे सहसा एकदम प्रवेश दिला जात नसावा; कारण ऋषींनी कपाळाला आठी घालून विचारले,

'कुठून आलात?'

मी नाव, पत्ता सांगितला.

पुढचा प्रश्न :

'काय काम होतं?'

या प्रश्नाचे उत्तर देणे अतिशय अवघड होते. मला तिथे का धाडण्यात आले आहे, हे माझे मलाच ठाऊक नव्हते. मी माझी अडचण सविस्तर सांगितली.

'हल्ली आम्ही बाहेरच्या कुणाला दिवंगत आत्म्याशी संवाद करू देत नाही, पण तुमची केस थोडी वेगळी आहे. तुम्ही असं करा,' ऋषी समजूत घातल्यासारखे म्हणाले, 'बुधवारी संध्याकाळी सातच्या दरम्यान या. तेव्हा आम्ही जमतो. काही आत्म्यांशी संवाद करतो. त्या वेळी तुम्ही या. मग आपण पाहू.'

त्यांनी सांगितल्याप्रमाणे मी बुधवारी सात वाजता गेलो.

एका गोल टेबलाभोवती दोघे-तिघे आधीच बसले होते. त्यांत त्या दिवशीच्या बाई होत्या. मी दाराजवळच्या एका खुर्चीत अवघडल्यासारखा बसून राहिलो.

एवढ्यात दोघे-तिघे आले. त्यांनी पुडीतून हार आणले होते. ते त्यांनी तिथल्या तसबिरींना घातले. त्यांतली एक एका तरुण स्त्रीच्या फोटोची होती. ही बहुधा ऋषींची पहिली पत्नी असावी. दुसरी प्लॅस्टर ऑफ पॅरिसची चौरस शिल्पाकृती होती. त्यात डोक्याला रुमाल बांधलेल्या एका देखण्या पुरुषाचे चित्र कोरले होते.

लगेच सारे शांत झाले. सगळे टेबलाशी जाऊन बसले. त्यांनी टेबलावर दोन्ही हात ठेवले. टेबलावर एक अक्षरांचा तक्ता होता आणि एक लाकडी तिवई त्यावरच ठेवली होती.

ऋषींनी हात जोडून प्रार्थना केली. मग सगळ्यांनी नमस्कार केल्यासारखे करून परत टेबलावर हात ठेवले. बाईंनी तिवईवर हात ठेवताच तिवई तक्त्यावर मागेपुढे होऊ लागली. अक्षरांनी तयार होणारी वाक्ये बाई वाचू लागल्या.

मध्येच प्रश्न विचारू लागल्या. त्यांनी प्रश्न विचारावेत आणि तयार होणाऱ्या वाक्यातून उत्तरे मिळावीत, असे संभाषण बराच काळ चालू राहिले.

–आणि एकाएकी ते संभाषण थांबवून बाई म्हणाल्या,

'इथे निर्मला आली आहे. तिला आपल्याशी बोलायचं आहे.'

मला अतिशय आश्चर्य वाटले. तत्क्षणी त्या मंडळींवर विश्वासही बसला. कारण मी अजून त्यांना माझ्या बायकोचे नाव सांगितलेले नव्हते.

मी टेबलापाशी जाऊन बसलो. इतर माणसे माझ्याकडे नवलाने पाहू लागली.

तिवई फिरू लागली. तिच्या पुढच्या बाजूच्या कासवासारख्या तोंडाच्या काट्याने नेमके अक्षर कळू लागले. मला सवय नसल्यामुळे इतके भराभर वाचणे शक्य होत नव्हते, पण बाई वाचून सांगत होत्या.

'आलात-बरं झालं–'

'तू काळजी करू नकोस मुलांची.' मी म्हणालो.

'मुलांची काळजी नाही. पण तुमची काळजी वाटते. अजून तुमचं लक्ष लागत

नाही. तुम्हांला दुसरं लग्न करावंसं वाटतं का?'

प्रश्न ऐकून मी चकित झालो. पण याचा विचार मी यापूर्वीच स्वत:शी केला होता. नाही, असे नाही. शरीरसुखाकडे मन ओढ घेत होते. उगाच खोटे कशाला सांगू? पण इतक्या वर्षांच्या सहवासाच्या आठवणी पुसणेही अशक्य होते. मी ठरवून टाकले होते. शरीराची भूक एक वेळ कशीही भागवता आली असती, पण तेवढ्यासाठी मन नव्या पाशात अडकवणे योग्य नव्हते.

तिवई अजून थांबलेलीच होती. मी म्हटले,

'नाही. दुसरं लग्न करायचं नाही, असंच मी ठरवलंय.'

'मग-मी सांगते-तसं-करा. तुम्ही साधना- करायला-लागा.'

मी काही दिवस ऋषींकडे सतत जात राहिलो. त्यांच्याकडे प्लँचेटवर 'महाराज' येत. भिंतीवरचे शिल्पचित्र त्यांचेच होते. हे महाराज म्हणजे कुणी व्यक्ती नव्हतेच. एक प्रकारची दिव्य शक्तीच होते. तुमचे एखादे रूप दाखवा, या भक्तांच्या आग्रहावरून त्यांनी मुंबईतल्या एका नामवंत शिल्पकाराला स्वप्नात दर्शन दिले. त्या रूपावरून त्याने तयार केलेली ती शिल्पकृती. या महाराजांचे जणू त्या जागेला संरक्षण होते. त्यामुळे तिथल्या प्लँचेटवर येण्याचे धाडस भलतेसलते दिवंगत आत्मे करीत नसत. महाराज या शक्तीचे नेमके स्वरूप समजून घेण्याचा मी अजून प्रयत्न करतो आहे. पण ते समजणे अवघड आहे. किंबहुना ते समजेल, तेव्हा माझी साधना पूर्ण होईल.

त्या वेळेस तरी मला त्यातले काहीच ठाऊक नव्हते. पण निर्मलेने मला एक नवीन रस्ता दाखवून दिला होता. मी घरातली एक खोली साधनेसाठी ठरवून टाकली. तिथे मी रात्री सगळे शांत झाल्यावर समई लावून बसू लागलो. पहिल्यांदा नुसते चित्त एकाग्र करून मी समईच्या ज्योतीकडे पाहत राही. पण दिवसचे दिवस गेले, तरी काहीच घडेना.

मी कंटाळून महाराजांना हे सांगितले. महाराजांनी, मला दृष्टान्त होईल, असे आश्वासन दिले. रात्री मी स्तोत्र वाचत तिवईवर हात ठेवून बसलो होतो. अचानक, तिवई, दळणाचे जाते फिरावे, तशी फिरू लागली. अर्थात हा काही चमत्कार नव्हता. फक्त मला जे दिसत होते आणि समजत होते, त्यापलीकडेही एक जग आहे, याची ती चाहूल होती.

त्यानंतर एके दिवशी मी ध्यान लावून बसलो असताना, एकदम विजेचा लोळ यावा, तसा लखलखाट खोलीभर झाला. डोळे दिपवणारा तो प्रकाश क्षणार्धही टिकला नाही. पण मी ज्या मार्गावर चाललो होतो, तोच मार्ग माझ्यापुरता तरी कायमचा त्या प्रकाशात उजळल्यासारखा झाला.

हे सारे चालू असताना माझ्या ध्यानाचा काळ वाढत वाढत चालला होता.

ऑफिसमध्ये जेमतेम दोन तास मी काम करीत असे. दुपारी लवकर घरी येऊन ध्यानाला बसे. संध्याकाळी मुले शाळेतून आल्यानंतर जेवणापर्यंत मी त्यांच्याकडे लक्ष देई. जेवणानंतर रात्री पुन्हा मी ध्यान लावून बसत असे, ते जवळजवळ पहाटेपर्यंत. पण या जागरणाचा माझ्या तब्येतीवर काहीही वाईट परिणाम झाला नाही. दुसरी आश्चर्याची गोष्ट, म्हणजे केवळ दोन तास काम करूनही माझे उत्पन्न पूर्वीच्या चौपट झाले, इतके काम माझ्याकडे येऊ लागले.

मी या विषयावर बरेच वाचनही करू लागलो. काय वाचावे, याचे मार्गदर्शन महाराज मला पुस्तकाच्या नावासकट करीत.

हळूहळू मला अध्यात्माची गोडी लागू लागली होती.

एके दिवशी एकाएकी, आपण ज्याला माकडहाड म्हणतो, तिथे विजेचा धक्का बसावा, तसे झाले आणि सबंध शरीरभर ठिणग्या उडाल्यासारखे वाटून माझे भान गेले.

हा भासही क्षणार्धच टिकला असेल. परंतु माझी साधना योग्य मार्गावर होती, याचे प्रत्यंतर मला या दृष्टांतामधून मिळाले होते. मी आता ऋषींकडे फारसा जात नव्हतो कारण परलोकातल्या आत्म्यांशी संवाद करणे हे माझे उद्दिष्ट राहिले नव्हते. मला स्वत:लाच साक्षात्कार हवा होता. तो फार दूर आहे, याची जाणीव होती. पण त्याच्या मार्गावर यथाशक्ती वाटचाल करणे एवढेच आता माझ्या हातात होते.

हळूहळू मला निर्मलेशीही बोलण्याचा मोह राहिला नाही. मी केलेल्या वाचनाच्या योगाने मला इतके कळले होते की अगदी हुबेहूब आपल्या या लोकासारखाच परलोक असतो. तो या लोकाच्या वर, ढगात कुठेतरी नसून आपल्या लोकाबरोबरच असतो. मात्र आपल्या नजरेचा जो तांबड्या रंगापासून जांभळ्या रंगापर्यंतचाच टप्पा असतो, त्यापेक्षा या लोकाचा किरणांचा वर्गच साफ वेगळा असल्यामुळे, त्यातले काही आपल्याला दिसत नाही. पृथ्वी आणि आप ही जडत्व आणणारी महाभूते त्यात नसल्यामुळे तो स्पर्शाला लागत नाही. आकाश या घटकाला त्यात प्राधान्य! त्याचे अस्तित्व वायुरूप असले, तरी त्याचा आकार म्हणजे मात्र मानवी आकाराची निवळ प्रतिकृती. आपल्याला परलोक जितका खोटा, तितकेच परलोकवासी आत्म्यांना आपणही खोटे! आपल्यापैकी काहींना त्यांचे अस्तित्व जाणवते, तसे त्यांच्यापैकी काहींनाच आपल्याशी संबंध जोडणे जमते. रेकॉर्डरच्या टेपवर जसे दोन ट्रॅक्स एकाच वेळी असूनही एका वेळी एकच ट्रॅक वाजतो, त्यावेळेस दुसऱ्याच्या अस्तित्वाची जाणीवही असत नाही, तसेच हे थोडेफार असावे. पण केवळ देह पृथ्वीवर सोडून परलोकात वावरणारे हे आत्मे, आपले रूप-स्वभाव तेच ठेवतात आणि ज्या गोष्टी इथे करतात, त्याच तिथेही करतात. इहलोकात मन:शांती त्यांना लाभते, तेवढीच परलोकातही मिळते. निर्मलेचे अंत:करण अतिशय शुद्ध होते. तेव्हा तिला तिथेही शांती मिळत असेल, याविषयी मला शंका नव्हती.

दिवसेंदिवस मला कंपनीचे काम नकोसे वाटू लागले होते. कंपनीत लाखो रुपयांची उलाढाल होत होती आणि माझ्यावर पैशांचा पाऊस पडत होता. पण तरीही वाटू लागले की एका बाजूने साधना करायची आणि दुसऱ्या बाजूने हे विष जवळ करायचे, हे काही खरे नाही. आज ना उद्या मी हे सारे सोडून द्यायचे ठरवून टाकले होते.

त्या दिवशी कंपनीच्या कामासाठी सरकारी ऑफिसात गेलो. तिथे विवेक रायकर भेटला. त्याला ल्युकेमिया झाल्याचे कळले आणि निर्मलेच्या आजाराच्या आठवणीने काळजात चर्रर झाले. त्याने रिसीट मागितली. ती देण्याचे मी कबूल केले, पण दुःखापोटीच की काय, मी त्याविषयी साफ विसरून गेलो.

नंतर एके दिवशी कॉलनीतला पवार घरी आला आणि त्याने रिसीटची आठवण केली. म्हणाला,

'विवेकची अवस्था अतिशय खराब आहे. बहुधा शेवटची अवस्था आहे.'

मी हादरून गेलो. शेवटची अवस्था?– म्हणजे मरणाच्या दारात असलेल्या माणसाला दिलेले वचन मी मोडले होते!

मरणाच्या दारात असलेला विवेक–हसतमुख विवेक... कुणाच्याही मदतीला कायम तत्पर असलेला विवेक– ऐन तारुण्यात जगाचा निरोप घ्यायला निघालेला विवेक–निर्मला जशी मला सोडून गेली, तसाच–अर्ध्या डावावरून उठून जाऊ पाहणारा विवेक–

मला निर्मलेला वाचवता आले नाही. निदान विवेकला तरी वाचवता येईल का?

मी ठरवले. महाराजांना शरण जायचे. त्यांना गळ घालायची–

काहीही करून या तरुण मुलाला वाचवा.

मी तसाच उठलो आणि रिसीट घेऊन विवेकच्या घरी गेलो.

विवेकची परिस्थिती खरोखरच गंभीर होती.

मला सुचलेला उपाय करायलाच हवा होता. आजच. नाहीतर फार उशीर झाला असता.

पण माझ्यावर विश्वास कोण ठेवणार? रायकरांची माणसे स्वतःला बुद्धिवादी समजणाऱ्यांपैकी असली, तर–तर ती मला वेड्यात काढतील...

काही का असेना, सांगून तर पाहावे. बुद्धिवादी म्हणविणारेदेखील मरणापुढे लीन होतात. अशा प्रसंगात कुणाचेही ऐकायला तयार होतात.

मी बाळला आणि त्याच्या मेहुण्याला खाली बोलावले. त्यांना सारे काही सविस्तर समजावून सांगितले. रात्री घरी येण्याची विनंती केली.

त्या दोघांनी रात्री घरी येण्याचे कबूल केले...

●

| बाळ |

आपट्यांची सगळी हकिगत ऐकून आम्ही चाटच पडलो. या हकिगतीवर विश्वास ठेवायचा की नाही? ठेवायचा, तर आमच्या आजवरच्या माहितीमध्ये हे बसत नव्हते. नाही ठेवायचा म्हटले, तर त्यांच्या हकिगतीत एक प्रकारची सुसूत्रता होती. सांगण्याच्या पद्धतीत प्रामाणिकपणा होता.

आम्ही रात्री त्यांच्याकडे जाण्याचे कबूल केले. जाण्यात आमचे नुकसान काहीच नव्हते. असला, तर फायदाच होता. त्यातून आता विवेकवर सगळे इलाज करून झाले होते. एवढा एकच उरला होता. तो करायला आमचे काय जात होते?

मी आणि जयवंत रात्री आठच्या सुमाराला आपट्यांच्या घरी गेलो.

आपट्यांनीच दार उघडले. ते आम्हांला म्हणाले,

'हातपाय धुऊन घ्या आणि मग या खोलीत या.'

आम्ही त्याप्रमाणे केले. खोलीचे पॅसेजमधले एकच दार उघडे होते. दुसरे बाहेरचे दार बंद होते. खिडक्याही बंद होत्या. उजेड आत येऊ नये; म्हणून त्यांना काळे कागद लावून टाकले होते. फक्त वरच्या झडपा हवा येण्यापुरत्या उघड्या होत्या.

खोलीत एक देवघर होते आणि एक तसबीर. रुमाल बांधलेल्या सस्मित गृहस्थाची. तसबिरीला ताजा हार घातलेला दिसत होता. उदबत्त्यांचा मंद गंध दरवळत होता. त्या गंधामुळे असेल किंवा माझ्याच मनाचा खेळ असेल, पण मला त्या खोलीत पाऊल टाकल्यावर इतके शांत, इतके पवित्र वाटले का तसे एखाद्या देवळातही वाटल्याचे मला आठवत नाही.

आपट्यांनी आम्हांला बसायला पाट दिले. एक छोटी तिवई ठेवली आणि आपल्या मुलाला हाक मारली,

'विलास–'

विलास आला. तो चौदा-पंधरा वर्षांचा होता. वयाच्या मानाने थोडा गंभीर दिसत होता. त्याने तिवईवर हात ठेवले.

आपटे थोडा वेळ डोळे मिटून गप्प राहिले. मग त्यांनी हात जोडले. गंभीर आवाजात, अगदी जवळ उभे असलेल्या कुणाशी तरी बोलावे, तसे ते म्हणाले–

'ही मंडळी आली आहेत. यांचा भाऊ ल्युकेमियानं आजारी आहे. सगळे उपाय थकले आहेत. आता आपल्याच कृपेवर सारं काही अवलंबून आहे. मुलगा तरुण आहे. या वयात त्याला असं भयंकर मरण येऊ नये, असं वाटतं. आपण त्याच्यासाठी काहीतरी करावं.'

क्षणभर शांतता. आता काय होणार, हे आम्हांला कळत नव्हते.

विलासचे डोळे मिटलेले. हात तिवईवर ठेवलेले.

–आणि अचानक तो बोलायला लागला :

त्याचा आवाज नेहमीचाच होत; पण बोलण्याची पद्धत मात्र लहान मुलाला शोभणारी नव्हती. शब्द त्याचे नव्हते–

'प्राक्तन ठरलेलं आहे. योगी ते बदलू शकत नाही. फक्त काही काळापुरते ते पुढे ढकलू शकतो.'

काही क्षण शांतता.

पुन्हा मुलगा बोलू लागला–

'या मुलाचं प्राक्तन पाहून नंतर मी सांगेन. मात्र त्याला आराम वाटेल, असं करतो. त्याच्या शरीरावर काळे डाग उठले आहेत, ते नाहीसे होतील. रक्त बदलताना त्रास होणार नाही. जेवण नीट जायला लागेल. इथलं माझं चित्र त्यांच्या घरी घ्या. मुलाच्या बिछान्यासमोर लावा. त्याला ध्यान करू द्या. चित्त एकाग्र होण्यासाठी रामनाम जपायला सांगा. घरात कुणाला तरी गुरुचरित्र वाचायला सांगा.'

आम्ही घरी आलो आणि घडलेले सारे घरच्या मंडळींना सांगितले.

दुसऱ्या दिवशी आम्ही सांगितल्याप्रमाणे करायला सुरुवात केली. रेखावहिनींनी गुरुचरित्र वाचायला घेतले.

त्या दिवशी संध्याकाळी विवेकच्या अंगावरचे काळे डाग जायला सुरुवात झाली. एक-दोन दिवसांत त्याची कांती पहिल्यासारखी नितळ झाली.

आम्ही थक्क झालो. आमच्या नजरेसमोरच एक चमत्कार घडत होता.

चार-पाच दिवसांत विवेक अंथरुणात उठून बसायला लागला. दोन वेळा थोडेफार जेवू लागला.

हळूहळू विवेकची तब्येत सुधारू लागली. त्याचे ब्लड काउंट्स वाढले होते. ते 'नॉर्मल'च्या जवळ येऊ लागले. बाहेरच्या रक्ताचीही गरज उरली नाही.

डॉक्टर वेलिंगांकडे आम्हांला रक्त-तपासणीसाठी वरचेवर जावे लागे. त्यामुळे विवेकच्या आजाराचे सारे लहान-मोठे टप्पे त्यांना माहीत होते. आता अचानक झालेली ही अनपेक्षित सुधारणा पाहून त्यांनाही आश्चर्यच वाटले. आम्ही त्यांना खरा प्रकार सांगितला. ते म्हणाले,

'आपण हे डॉक्टर पारिखांच्या कानांवर घालायला हवं.'

त्याप्रमाणे मी आणि जयवंत, पारिखांकडे गेलो. त्यांनी दिलेली दहा दिवसांची मुदत त्याच दिवशी संपत होती. त्यांच्या भाकिताप्रमाणे हा विवेकचा शेवटचा दिवस होता.

आम्हांला पाहिल्यावर त्यांना वाटले की, विवेक शेवटचे क्षण मोजत असेल, म्हणून आम्ही त्यांना बोलवायला आलो असू. तरीपण खात्री करून घेण्यासाठी त्यांनी म्हटले,

'आय होप, ही इज स्टिल अलाइव्ह.'

मी विजयी स्वरात म्हटले,

'ही हॅज इम्प्रूव्हड्, डॉक्टर.'

'काय म्हणालात?'

'त्याला पुष्कळच बरं वाटतंय आता.' मी म्हणालो.

'इम्पॉसिबल! आय डोन्ट वॉन्ट टु डिस्करेज यू. पण त्याच्या गेल्या आठवड्यातल्या अवस्थेनंतर त्याची सुधारणा होणंच शक्य नाही. कधी कधी काय असतं की आपल्याला वाटतं, रोग्याची तब्येत सुधारावी– त्यामुळे ती खरोखरच सुधारली, असा ग्रह आपण करून घेतो...'

आम्ही त्यांना आमच्याबरोबर येण्याची विनंती केली. ते आले.

दार उघडल्याबरोबर त्यांना समोरच, विवेक वाचत बसलेला दिसला.

त्याला पाहून, त्याची तपासणी केल्यावर पारिखांची खातरी झाली की जे त्यांना अशक्य वाटत होते, ते शक्य झाले होते. त्यांच्या सगळ्या हिशेबांना धुडकावून लावून विवेकची तब्येत सुधारली होती. आणि त्याचे कारण त्यांच्या वैद्यकीय शास्त्रात बसणारे नव्हते.

आम्ही ते कारण त्यांना सविस्तर सांगितले.

त्यांनी एकदम अविश्वास दाखवला नाही. पण त्यांना ते पुरते पटलेही नाही.

'आय मेक नो कॉमेंट्स.' ते म्हणाले. 'पण एवढंच लक्षात ठेवा, फार आशा बाळगू नका. नाहीतर नको ते झालं, तर फार मोठा धक्का बसेल. तुम्हांला यात यश मिळालं, तर मला आनंदच आहे. आय विश यू गुड लक.'

डॉ. पारिखांनी आम्हांला जो सल्ला दिला, त्याची आम्हांला अतिशय जरूरी होती कारण विवेकच्या तब्येतीमध्ये दिवसा-दिवसाला होणारी सुधारणा पाहून आम्हांला इतका आनंद झाला होता की, तो नक्की बरा झालाच, असे आम्ही धरून चाललो होतो. विवेक जेवूखाऊ लागल्यामुळे त्याला आवडणारे पदार्थ घरात केले जाऊ लागले. रेखावहिनींच्या अंगात नव्या उत्साहाचा संचार झाला होता. मरगळून गेलेले सारे घरच जसे एकदम मंतरलेले पाणी शिंपडावे, तसे ताजेतवाने होऊन उठून बसले होते. विवेक जाणार, ही गोष्ट इतके दिवस आम्ही सतत मनाशी घोकली होती. आता मात्र आम्ही ती पार विसरून गेलो.

हे चालू असताना आम्ही दररोज आपट्यांकडे जाऊन विवेकमध्ये होणाऱ्या सुधारणेविषयी त्यांच्या महाराजांशी बोलतच होतो.

पण एके दिवशी विलासच्या तोंडून महाराजांचा काही वेगळाच संदेश ऐकायला मिळाला.

'मुलाच्या प्राक्तनात मृत्यू आहे. तो, काही झाले, तरी टळणार नाही. प्राक्तनामध्ये

ढवळाढवळ केली जाणार नाही. पण तरीही त्याचे आयुष्य शक्य तितके वाढण्याचा प्रयत्न आम्ही करू.'

त्यानंतर शांतता पसरली.

'इथे एक ब्रिटिश डॉक्टर आहेत. त्यांचे नाव डॉक्टर लँब. त्यांचे या विषयावर संशोधन चालू आहे. ते या बाबतीत काही करू शकतील. त्यांनी केलेल्या या प्रकारच्या उपचारांची माहिती पुस्तकात दिलेली आहे.'

त्यानंतर पुस्तकाचे नाव, लायब्ररी यांविषयी तपशील सांगण्यात आला.

आम्ही दुसऱ्या दिवशी त्यांनी सांगितलेले पुस्तक आणले, आणि सांगितलेल्या विशिष्ट पानावरची माहिती वाचली.

लंडनमध्ये एका हॉस्पिटलात काही डॉक्टर्स एकत्र जमून एका केसविषयी विचारविनिमय करीत होते. केस अशाच ल्युकेमियाच्या पेशंटची होती. सगळे उपाय करून झाले होते. पण मुलगा जगण्याची आशा नव्हती.

एवढ्यात त्यांच्यापैकी एकाची तंद्री लागली. डोळे मिटलेले, आजूबाजूचे भान नाही, अशा तंद्रीतच तो बोलू लागला—

'मी डॉक्टर लँब बोलतो आहे.'

'डॉक्टर लँब कोण?' आश्चर्यचकित झालेल्या डॉक्टर्सपैकी एकाने धीर करून विचारले.

'इथल्या युनिव्हर्सिटीच्या मेडिकल फॅकल्टीचा डीन. डिपार्टमेंटच्या बिल्डिंगला माझंच नाव दिलंय.'

'आपल्याला या केसविषयी काय वाटतं?'

'या रोगावर संशोधन चालू आहे. अजूनही निश्चित उपाययोजना सापडलेली नाही. पण माझ्या पद्धतीनं मुलाचं रक्त बदलून पाहू.'

'रक्त बदलायचं? तुमच्या पद्धतीनं?'

'होय. एका खोलीत पेशंटला एकटाच निजवा. पडदे सोडून खोली बंद करा. बिछान्यावर पांढरीशुभ्र चादर घाला. खोलीत कोणीही डोकावू नका.'

'ब्लड ट्रान्सफ्यूजन झाले, हे कळणार कसे?'

'चादरीवर रक्ताचा एक थेंब सकाळी दिसेल. त्यावरून कळेल.'

डॉक्टर्सनी सारी व्यवस्था सांगितल्यासारखी केली. ब्लड ट्रान्सफ्यूजन झाले. मुलाला हळूहळू गुण येऊ लागला.

त्या रात्री आपट्यांचा मुलगा अचानक शुद्ध इंग्रजीमध्ये बोलू लागला—

ते डॉक्टर लँब होते. त्यांनी विवेकला पाहिलेले होते. पुस्तकात ज्याचा उल्लेख होता, तोच उपाय ते करणार होते. विवेकला बाहेरचे रक्त देण्यात येणार होते.

रात्री आम्ही विवेकच्या बिछान्यावर स्वच्छ पांढरी चादर घातली. त्याच्या अंगात

एकही डाग नसलेला पांढराशुभ्र गंजिफ्रॉक आणि पांढरा लेंगा घातला. त्याला वेगळी खोली नव्हती. पण आम्ही मध्ये पडदा लावून टाकला.

आता विचार केला की नवल वाटते. पण त्या रात्री आम्ही सगळे शांत झोपी गेलो. पडद्यापलीकडे काही वेगळे घडणार आहे, याची जरासुद्धा आशंका आमच्या मनात नव्हती. ज्या शक्तीने दाखवलेल्या मार्गावरून आम्ही चाललो होतो, तिच्या सामर्थ्याविषयी आम्हाला यत्किंचितही शंका नव्हती.

फक्त ते होऊन गेले, अशी आमच्या दुबळ्या मनुष्य-स्वभावाची खातरी पटावी, म्हणून चादरीवर रक्ताचा डाग दिसणार होता.

सकाळी उठलो आणि रात्रीचे सारे काही डोक्यात आले.

मी पडदा बाजूला करून पाहिले.

विवेक शांत झोपला होता. त्याची मुद्रा प्रफुल्लित दिसत होती.

मी त्याच्या बिछान्याशी गेलो, चादरीवर रक्ताचा डाग कुठे दिसतो का, हे पाहिले.

पण चादरीवर कुठंही कसलाही डाग नव्हता.

माझे डोके एकदम चक्करल्यासारखे झाले. म्हणजे इतके दिवस आम्हाला लागलेला हा नाद खोटाच होता, तर?–हे सगळे थोतांड होते? माझ्या भावाला वाचवण्यासाठी या कशाचाही उपयोग नव्हता?

त्याच तिरीमिरीत मी टॅक्सी बोलावली आणि शीवला आपट्यांकडे जाऊन थडकलो.

आपटे माझ्या चेहऱ्याकडे पाहून म्हणाले–

'काय झालं? असा का दिसतोयस तू?'

मी कारण सांगितले. आपट्यांनी विलासला बोलावले. तिवईवर हात ठेवायला सांगितला.

जेमतेम अर्धा क्षण गेला–

–एवढ्यात शुद्ध इंग्रजीत शब्द आले :

'रक्ताचा डाग आहे. उशीच्या अभ्राच्या खालच्या बाजूला. इतर कुठल्याही मार्गानं पडणं शक्य नाही, अशा जागी. तुमची खातरी पटावी, म्हणूनच.'

मी तसाच टॅक्सी करून घरी परत आलो.

विवेकला उठविले. त्याच्या डोक्याखालची उशी उचलली.

तिच्या मागची बाजू पाहिली.

अभ्राच्या खालच्या बाजूला, रक्ताच्या थेंबाचा एक डाग होता.

तो पाहिला आणि मला गलबलून आले. काय आले होते माझ्या मनात? कुणावर अविश्वास दाखवला होता मी? कुणाला खोटे ठरवले होते? कुणाची शंका घेतली होती?

ती उशी छातीशी धरून मी कितीतरी वेळ तसाच उभा राहिलो. मनातल्या

मनात लाख वेळा क्षमा मागत!

मग कर्तव्याची आठवण झाली.

मी उशी अभ्र्याबाहेर काढली; तो अभ्रा नीट घडी करून घेतला आणि डागाचे रक्त तपासून घेण्यासाठी डॉ. वेलिंगांच्या लॅबोरेटरीची वाट धरली.

●

। डॉ. वेलिंग ।

बाळ तो उशीचा अभ्रा घेऊन माझ्या लॅबोरेटरीत आला. मी तपासणी केली. रक्ताचा ग्रुप बरोबर होता. विवेकला ज्या ग्रुपचे रक्त लागत असे, त्याच ग्रुपचे हे होते. मात्र फार शुद्ध होते.

गेले कित्येक दिवस मी विवेकशी संबंधित होतो. पहिल्या दिवशी जेव्हा त्याचे वडील त्याला माझ्याकडे घेऊन आले, तेव्हा मला तो माझ्याकडे येणाऱ्या इतर चारचौघां पेशंट्ससारखा वाटला होता. त्याचे रक्त मी तपासले, तेव्हा त्याला ल्युकेमिया झाल्याचे माझ्या लक्षात आले. इतक्या तरुण वयात या मुलाला अशी असाध्य व्याधी जडल्याचे माझ्या लक्षात आले आणि मी त्याच्यासाठी अतोनात हळहळलो.

नंतर विवेक वरचेवर येऊ लागला आणि त्याच्या मनमोकळ्या स्वभावामुळे मला त्याच्याविषयी आपुलकी वाटू लागली. मीही वरचेवर चौकशीसाठी त्याच्या घरी जाऊ लागलो. होता होता त्याच्या कुटुंबात आणि माझ्यात एक स्नेहाचा धागाच तयार झाला.

विवेकचा आजार दिवसेंदिवस वाढत गेला आणि डॉ. पारिखांनी त्याची आशाच सोडली. राजा येऊन सांगून गेला की डॉक्टरांनी फक्त दहाच दिवसांची मुदत दिली आहे.

त्या रात्री मला झोप आली नाही.

डॉक्टरने पेशंटबद्दल इतके हळवे असून कसे चालेल? अशा कित्येक केसेस येऊन जातात. मग एखाद्याच केसविषयी हळहळ का? मी मनाची समजूत काढण्याचा खूप प्रयत्न केला. पण ते काही केल्या ऐकेचना.

—आणि मग एके दिवशी बाळ एक विलक्षण बातमी घेऊन आला. एका दिव्य शक्तीच्या कृपेने विवेकला आराम वाटू लागला होता. प्रथम माझा विश्वासच बसेना. पण प्रत्यक्ष पाहून आल्यानंतर त्यांचे म्हणणे खरे मानावेच लागले. मी डॉक्टर पारिखांना हे सारे कळवण्याचा सल्ला दिला.

—आणि आज बाळ तो उशीचा अभ्रा घेऊन आला होता. हे रक्त कोणी दिले,

असे मी त्याला विचारले. त्याने जी लोकविलक्षण हकिगत सांगितली, ती थक्क करणारी होती. मी किंवा इतर कुठल्याही डॉक्टरने बाहेरचे रक्त दिले नव्हते आणि तरीही विवेकच्या शरीरात शुद्ध रक्त आले होते.

पंधरा दिवस विवेकला दुसरे रक्तच द्यावे लागले नाही; पण तरीदेखील त्याच्या शरीरातले रक्त सतत अशुद्ध होतच होते. प्रकृती हळूहळू बिघडतच होती.

विवेकला स्वत:ला हे जाणवत होते. ल्युकेमियाविषयी आता त्याने पुरेसे वाचले होते. माझ्याबरोबरही तो पुष्कळदा चर्चा करीत असे. आपण मरणार, हे तो समजून चुकला होता; पण ते कधी, एवढेच त्याला हवे होते. त्यासाठी तो आपल्या आजाराची नेमकी कुठली अवस्था आहे, हे समजून घ्यायला उत्सुक असायचा.

त्याला फसवणे सोपे नव्हते. पण सत्य सांगणे त्याहूनही कठीण होते. लपवणार तरी कसे? माझा रिपोर्ट तो बाळकडे मागत असे. रिपोर्टवरून स्वत:चे निदान करीत असे. शेवटी मी दोन रिपोर्ट्स तयार करून देऊ लागलो. एक खरा आणि दुसरा पुष्कळच चांगला; पण खोटा. हा दुसरा रिपोर्ट बाळ त्याला वाचायला देई. त्याची आशा जागती ठेवी.

या दिवसांमध्ये आणखी एक विलक्षण अनुभव आला.

एके दिवशी रात्री अकराच्या सुमारास माझ्याकडे एक भय्या आला. माणूस अगदी गरीब दिसत होता. तो घाटकोपरहून आला होता. म्हणाला,

‘माझी बायको फार आजारी आहे. तिला रक्त देण्याची गरज आहे. तुम्हीच माझ्याबरोबर यायला हवं.’

मला जरा विचित्र वाटले.

मी विचारले,

‘इतक्या लांबून तू आलास, कुणी पाठवलं तुला इथं?’

भय्याच्या घरी एक योगी आला होता. कुठून आला, कुठे जाणार, कुणालाच माहीत नव्हते. तो आला आणि भय्याच्या घरी राहू लागला. त्याच्यात काहीतरी विशेष वाटले, म्हणून भय्याने त्याला ठेवून घेतले. त्यातून त्याच्या गरजा फार नव्हत्या. दिवसाला जेमतेम एक ग्लास दूध पिऊन तो राहत असे. भय्याच्या बायकोला ॲनिमिया झाला होता. आज ती फारच घाबरी झाली होती. म्हणून त्या योग्याने भय्याला माझा पत्ता देऊन पाठवले होते.

पण माझाच का? आणि तो त्यांना माहीत कसा? विवेकच्या आजाराशी सध्या मी संबंध ठेवून होतो. तिथे विवेकला कुठली तरी योगशक्ती साहाय्य करीत होती. या प्रकाराशी या योग्याचा काही संबंध होता का?–कुणास ठाऊक! ते गूढ कधीच उलगडणार नव्हते.

मी भय्याबरोबर इतक्या रात्री त्याच्याकडे गेलो. मला पेशंटपेक्षाही त्या योग्यालाच

पाहण्याची अधिक उत्सुकता होती.

एका टिनपाट चाळीत आम्ही शिरलो. म्युनिसिपालिटीच्या दिव्याचा थोडासा उजेड पडल्यामुळेच ती चाळ दिसून येत होती. कोपऱ्यातली खोली भय्याची होती. त्याच्या दारापुढल्या पॅसेजमध्ये पथारी टाकून कुणीतरी झोपले होते.

मी भय्याच्या बायकोला तपासले. तिला खरेच रक्त देण्याची जरुरी होती. माझे काम चालले असतानाच दारात कोणीतरी येऊन उभे राहिले.

बाहेर पथारी टाकून झोपलेलीच ही व्यक्ती होती.

हाच तो योगी असावा! जवळजवळ सहा फूट उंची–पण अगदी किडकिडीत शरीर. अंगावर कणभरही मांस नाही. जणू हाडे आणि चामडी यांनीच त्याचे शरीर बनवलेले होते. त्वचा, ताणल्यामुळे की काय, पण अगदी पातळ वर्खाचा हात फिरवल्याप्रमाणे चकचकत होती. चेहरा अतिशय उभट, गाल बसलेले, नाक लांब. दृष्टी मात्र इतकी तीक्ष्ण की नजरेला नजर भिडवताच डोळे दिपून जावेत. डोक्यावर भरपूर जटा होत्या, त्या खांद्यापर्यंत आल्या होत्या. पण आश्चर्य, म्हणजे त्याला दाढी अजिबात नव्हती किंवा दाढी केल्याच्या हिरवट खुणाही नव्हत्या. अगदी लहान मुलासारखी त्याची हनुवटी गुळगुळीत होती. असा विलक्षण म्हातारा मी कधी पाहिलाच नाही. त्याचे वय किती असेल, सांगणेही कठीण होते, इतका वृद्ध तो दिसत होता.

मी त्याला विचारले–

'माझी आपल्याला माहिती कशी?'

त्याने उत्तर दिले नाही, उत्तर देण्याची त्याला गरज वाटली नाही.

मी भय्याच्या बायकोवर उपचार करून निघालो. पण त्या योग्याविषयी मनात कुतूहल राहिलेच.

दुसऱ्या दिवशी बाळ आला होता. त्याला त्या योग्याविषयी सांगितले. तो म्हणाला,

'मी आपट्यांना घेऊन त्यांच्याकडे जातो. विवेकच्या आजाराविषयी ते काहीतरी नक्कीच सांगू शकतील.'

मी त्याला म्हटले,

'ते जे काही सांगतील, ते लगेच मला येऊन सांग.'

माझा स्वतःचा मुलगा आजारी पडावा, इतका मी विवेकमध्ये गुरफटून गेलो होतो.

●

। बाळ ।

दुसऱ्या दिवशी मी आणि आपटे घाटकोपरला त्या भय्याकडे गेलो. योगीबुवांना भेटण्यासाठी.

योगीबुवांचे वर्णन डॉक्टरांनी केलेच होते. तरीही मी त्यांना पाहून चमकलो,

इतके ते सर्वसामान्य माणसांपेक्षा वेगळे दिसत होते. विशेषत: त्यांची चमकणारी कांती.

आम्ही योगीबुवांना विवेकला पाहण्यासाठी आमच्याबरोबर चलण्याची विनंती केली. ते तयार झाले. आम्ही त्यांना घरी घेऊन आलो.

घरी आल्यावर त्यांनी विवेकला पाहिले. आपल्या खांद्यावरच्या झोळीतून त्यांनी एक कडे काढले. ते कुठल्या धातूचे होते, कुणास ठाऊक– पण त्याचा रंग मात्र तांब्यासारखा होता. त्यांनी ते विवेकच्या हातात घातले. तो बापडा आता इतका कृश झाला होता, की ते थेट त्याच्या दंडात गेले.

योगीबुवांनी त्याच्या डोक्यावर हात ठेवून, काहीतरी पुटपुटून त्याला आशीर्वाद दिला.

त्यांनी आमच्याकडे काहीही घेतले नाही. चहासुद्धा.

बाहेर आल्यावर ते आम्हाला इंग्रजीत म्हणाले–

'त्याचं प्राक्तन संपलेलं आहे. आता प्रयत्न करण्यात काही अर्थ नाही. पण त्याला मृत्यू शांतपणे यावा, म्हणून त्याच्या हातात कडं घातलं आहे. आता त्याच्या व्याधी त्या कड्याला होत जातील, आणि त्याचा त्रास कमी होईल.'

आम्ही योगीबुवांना टॅक्सीने घरी सोडले. वाटेत आमच्यापैकी कुणीच बोलत नव्हते.

पुढे आपट्यांनी योगीबुवांना महिनाभर आपल्या घरी ठेवून घेतले. एके दिवशी अकस्मात योगीबुवांना इंदूरच्या महाराजांच्या एडीसीची तार आली आणि ते निघून गेले. आपट्यांकडे असताना ते कधीच बाहेर पडले नाहीत की त्यांनी कुणाला पत्रही लिहिले नाही. तरीही तार नेमकी आपट्यांच्याच पत्त्यावर कशी आली, हे आम्हाला न सुटणारे कोडे होते.

विवेकच्या प्रकृतीतले चढउतार मी आपट्यांकडे जाऊन कळवतच होतो.

एके दिवशी त्यांच्या विलासच्या तोंडून शुद्ध इंग्रजीत संदेश आला :

'त्याला नुसतं रक्त देऊन आता भागणार नाही. त्याचं सगळंच रक्त बदलायला हवं आहे. आज रात्री मी ते बदलीन. मूळ रक्त बेंबीतून काढून घेतलं जाईल आणि नवीन रक्त हृदयातून दिलं जाईल. आज रात्रीच मी ही क्रिया करीन.'

त्या रात्री आम्ही पूर्वीप्रमाणे सारी व्यवस्था केली. या वेळेस पुराव्याची गरज नव्हती. पण तरीही सकाळी पुरावा सापडलाच.

गंजिफ्रॉकवर रक्ताचे दोन डाग होते. एक हृदयाच्या ठिकाणी आणि दुसरा बेंबीच्या.

यानंतर काही दिवस विवेकची प्रकृती थाऱ्यावर राहिली. रक्ताचे काउंट्‌सही खाली आले.

पण मेच्या तिसऱ्या आठवड्यात आपट्यांकडे आम्हाला संदेश मिळाला. यावेळी संदेश महाराजांकडून येत होता. पण त्याचे शब्द जवळजवळ योगीबुवांनी सांगितल्यासारखेच होते–

'आम्ही आता अधिक काही करू शकत नाही. तिथल्या आणि इथल्याही

वैद्यकीय संशोधनातून या आजारावर काहीतरी नवीन उपाय सापडेल, या आशेनं इतके दिवस आम्ही त्याला जिवंत ठेवलं आहे. नाहीतर यापूर्वीच त्याचं आयुष्य संपलेलं आहे. यानंतर त्याला जिवंत राहून काहीही साध्य करायचं नाही. तो आता लवकरच मृत्यू पावेल. मात्र त्याचा मृत्यू भयंकर असणार नाही. अतिशय शांतपणे तो तुमच्या जगाचा निरोप घेईल.'

त्या काळोखलेल्या खोलीत, त्या चौदा वर्षांच्या मुलाच्या तोंडून हे शब्द उमटले, ते अत्यंत ठामपणे. आणि आम्हाला समजले–आता अधिक काहीही करण्यासारखे उरलेले नाही. सारे संपत आले आहे.

आम्ही सगळे अवाक बसून होतो. सगळीकडे नि:शब्द शांतता पसरली होती. कुठेतरी काहीतरी थांबले होते. सगळे निश्चल वाटत होते.

फक्त समोरच्या समईतल्या वाती थरथरत होत्या.

योगीबुवांनी विवेकच्या हातात घातलेले कडे दररोज थोडेथोडे झिजत चालले होते. विवेकचे अंग पुसताना, त्या कड्याच्या खपल्या पडल्याचे जाणवे.

विवेकची कांती मात्र अजूनही नितळ होती. फक्त तो विलक्षण कृश झाला होता.

तीस मेला त्याला अतिशयच अशक्तपणा जाणवू लागला.

कडे आता एखाद्या दोरीसारखे बारीक झाले होते.

दोन जूनला विवेकला डायरिया झाला.

संध्याकाळी आम्ही महाराजांशी शेवटचे बोललो.

'आज रात्री तो जाईल.' आपट्यांच्या मुलाच्या तोंडून शब्द आले. 'शोक करू नका.'

आज रात्री... एक दिवा विझणार होता... कुठल्या तरी शक्तीने आजवर आपले तेज ओतून त्याला तेवत ठेवले होते... तेच संपत आले होते... कारण दिवा विझणारच होता... कुठल्या तरी जगड्व्याळ योजनेमध्ये हा संकेत ठरलेलाच होता... ती योजना थोडीफार हलली होती. पण ती पार बदलू शकत नव्हती. दिवा विझायलाच हवा होता. पण तो खरेच विझणार होता का?... की त्याचा प्रकाश कुठल्या तरी चिरंतन तेजात मिसळून जाणार होता?... की त्याची ज्योत तेवतच राहणार होती? फक्त मानवी चक्षूंनाच ती दिसेनाशी होणार होती?

या साऱ्या प्रश्नांची उत्तरे आज तरी मिळणार नव्हती. कधी काळी मिळतील की नाही, हे आज सांगता येत नव्हते.

आता विवेकची आशा नाही, हे आम्हा दोघांतिघांना निश्चित ठाऊक झाले होते; पण इतरांनाही ते जाणवल्याशिवाय राहिले नव्हते. दादा आरामखुर्चीत लुळेपणाने बसून होते. आई विवेकच्या उशाशी नि:शब्द बसली होती. रेखावहिनी सकाळपासून, काही न खाता न पिता, गुडघ्यांत डोके खुपसून एका, कोपऱ्यात बसली होती.

आपटे शांतपणे खिडकीशी उभे होते.

विवेकचे सगळे मित्र जमा झाले होते. कुणीच काही बोलत नव्हते. नुसता एक घोळका करून ते दाराबाहेर उभे होते.

रात्री दोनचा सुमार. मी बाहेर येऊन पायऱ्यांवर बसलो होतो.

जयवंत बाहेर आले. मला खुणेनेच बोलावून घेऊन आत गेले.

विवेक सगळीकडे भिरीभिरी पाहत होता. संध्याकाळपासून आता पहिल्यांदाच तो शुद्धीवर आला होता. त्याची नजर माणसे टिपत होती. मी आत आलेला पाहताच क्षणभर त्याच्या नजरेत हवे होते ते माणूस भेटल्याचा भाव आला.

क्षणात त्याची नजर ओढळ्यासारखी झाली. पण डोळे उघडेच होते. ते मिटता मिटेनात. जसे काही त्याचे प्राण कशात तरी अडकले होते.

आपट्यांनी राजाच्या कानात काहीतरी सांगितले.

राजा पुढे वाकला आणि हलक्या आवाजात विवेकला म्हणाला–

'हे बघ, वहिनींची चिंता करू नकोस; आम्ही आहोत त्यांची काळजी घ्यायला.'

विवेकच्या चेहऱ्यावर स्मित पसरले. त्याने डोळे मिटून घेतले.

विवेक गेल्यानंतर काही दिवसांनी मी आपट्यांकडे गेलो.

फारसे बोलणे झालेच नाही. रीत म्हणून बोलायचे, तेवढेच आम्ही बोललो. त्यांनी मला सहानुभूती दाखवली. मी त्यांच्याविषयी कृतज्ञता दाखवली.

निघताना मात्र ते दारात म्हणाले–

'बाळ, आता मात्र असल्या संदर्भांत माझ्याकडे परत येऊ नकोस. मला साधना करायची आहे. प्लॅंचेट करणं, त्याचा रोजच्या व्यवहारासाठी उपयोग करून घेणं, माझ्या साधनेत बसत नाही. विवेकविषयी मला फार वाटलं, म्हणून मी हे आरंभलं. आता ते संपलं आहे. पुन्हा कुणासाठीच मी ते परत सुरू करणार नाही...'

–आणि दरवाजा बंद झाला.

गेले काही दिवस मी एका अनोळखी विश्वाचे दार किलकिले करून आत डोकावू लागलो होतो. आज तेही दार बंद झाले होते.

या साऱ्यांचे तात्पर्य काय असेल?

या साऱ्याला काय अर्थ असेल?

या साऱ्याची संगती कशी लावता येईल?

अनेक प्रश्न ठोठावीत राहिले होते.

पण त्या रहस्यांची दारे आज तरी बंदच होती.

(माणूस–दिवाळी अंक १९७६)

❖

अशब्द

अर्ध्या रात्री मला अचानक जाग आली.

मी अंथरुणात खडबडून उठून बसलो.

एक तीव्र जाणीव, खंजीर खुपसावा, तशी माझ्या मेंदूत शिरली होती. जसं काही कुणीतरी धडधडा हलवून जागं केलं होतं.

'ऊठ-झोपलास काय? जायला हवं. आत्ताच्या आत्ता देवरानला. कर्नल राजोपाध्याकडे.'

मी चांगला खडखडीत जागा झालो, तरीही तो संदेश माझ्या कानांत घुमतच होता. कानांत नव्हे, एकदम मनातच.

मी उठलो. पाणी प्यायलो, तरीही कर्नल राजोपाध्येचा विचार मनात ठुसठुसतच राहिला...

आपल्याबरोबरचं एखादं माणूस प्रवासात मधल्याच स्टेशनवर राहून जावं, आणि ते मागं राहिल्याची आठवण झाल्यानंतर छातीत धस्स व्हावं, तसा.

कर्नल... कर्नलला भेटायला हवं... आत्ताच्या आत्ता त्याच्याकडे जायला हवं... ती जाणीव माझी पाठ सोडत नव्हती... घाई आहे...

वेळ घालवून मुळीच चालण्यासारखं नाही... नंतर फार उशीर होईल... आत्ताच...!

पण आत्ताच्या आत्ता कसं जाणार? एवढ्या रात्री?

मुंबईहून देवरानला–साताऱ्याजवळ!

असं अचानक?

–आणि कशासाठी? नुसतं कर्नलला भेटण्यासाठी?

मी तसाच दामटून बिछान्यावर पडलो.

काहीतरी मनाचे चाळे, झालं! म्हणून दुर्लक्ष करून झोपण्याच्या प्रयत्नाला लागलो. पण झोप मुळीच येईना. घशाला कोरड पडून जाग यावी आणि मध्येच डोळ्यांवर झापड आली, तरी पुन्हा तहान-तहान करीत जागं व्हावं; तसं त्या

विचारापायी रात्रभर चाललं होतं...

कर्नलची आठवण आज अशी एकाएकी का यावी?

गेल्या बारा-चौदा वर्षांत त्याचा-माझा पत्रव्यवहारसुद्धा नव्हता. मात्र एके-काळी आमची जिवाभावाची मैत्री होती.

तसं पाहिलं, तर आमच्या वयांत बरंच अंतर होतं. वीस-बावीस वर्षांपूर्वी आम्ही एकत्र लढलो असलो, तरी हुद्द्यानं बरोबरीचे नव्हतो. माझी तेव्हा जेमतेम पाच वर्ष सर्व्हिस झाली होती, आणि कर्नल सैन्यातला एक बुजुर्ग अधिकारी समजला जात होता. आमची तुकडी त्याच्या हाताखाली होती आणि तो माझा बॉस होता.

पण युद्धात कधी कधी माणसं फार जवळ येतात. सगळ्यांच्या पुढ्यात एकाच वेळी मरण उभं राहिलं की माणसं हुद्द्यांमधला फरक विसरतात आणि निव्वळ माणूस म्हणून एकमेकांचे साथी बनतात.

अशाच कुठल्या तरी काळवेळी आम्ही एकमेकांचे जिगरी दोस्त झालो. सकाळी मी त्याला कितीही कडक सॅल्यूट मारला, तरी रात्री आम्ही एकत्र बसून रमचे घुटके घेऊ लागलो.

नंतर वाटा वेगवेगळ्या झाल्या. मी लग्नबिग्न काही न करता मिलिटरी ऑफिसचा संसार सांभाळू लागलो.

कर्नल पंधरा वर्षांपूर्वी रिटायर्ड झाला आणि देवरानला त्याची जमीन होती, तिथं घर बांधून आरामात राहू लागला. त्याची बायको त्यापूर्वींच गेली होती. एक मुलगी होती, तिचंही लग्न झालं आणि तिला एक मुलगी झाली.

कर्नलचा स्वभाव मूळचा आनंदी आणि उद्योगी! शेतीवाडी वाढवून देवरानचं नंदनवन करायची त्याची योजना होती!

–पण हे देवाला कुठलं पाहवतंय? बारा वर्षांपूर्वी त्याची मुलगी आणि जावई आपल्या मुलीला घेऊन सहज त्याला भेटायला आले. चार दिवसांसाठी म्हणून तिला कर्नलकडे ठेवून ते पुढच्या प्रवासाला निघाले; पण वाटेत गाडी झाडावर आपटून उलटली आणि दोघंही जागच्या जागी ठार झाले. त्या बातमीचा कर्नलला इतका जबर धक्का बसला की त्याला पक्षाघाताचा झटका आला आणि त्यात त्याची वाचा गेली. आजोबांची अवस्था अशी झाली, तरी दोन वर्षांची नात दुसरीकडे कुठं जाणार? चार दिवसांसाठी म्हणून आलेली ती चिमुकली, कायम त्याच्याजवळच राहिली.

या अपघातानंतर कर्नलचा सगळ्यांशीच व्यवहार तुटला असावा. मला त्याची माहिती कळली, तीसुद्धा एकदम नव्हे, तर तुटक-तुटकपणे, येणाऱ्या-जाणाऱ्यांच्या तोंडून. कधीतरी त्याला भेटून विचारपूस करणं अशक्य नव्हतं; पण एक तर त्याचं ते देवरान खेडं येण्या-जाण्याच्या वाटेवर नव्हतं आणि दुसरं, ज्या कर्नलला आम्ही

युद्धात वाघासारखा झुंजताना पाहिला होता, त्याला गलितगात्र अवस्थेत पाहण्याची माझी छाती नव्हती.

गेली बारा वर्षं ज्याची काही वास्तपुस्त नाही, अशा या दोस्ताची आज मात्र अशी सण्णकन आठवण झाली होती! आतून, अगदी खोलवरून वाटायला लागलं होतं की देवरानला जाऊन कर्नलची विचारपूस करणं फार फार जरुरीचं आहे!

एका विचित्र, लोंबकळत्या मन:स्थितीत मी कशीबशी रात्र काढली, आणि सकाळीच जीप घेऊन सातार्‍याला निघालो.

देवरान म्हणजे नावाप्रमाणं रानच होतं. दाटीवाटीनं वाढलेल्या झाडाझुडपांमधून जीप काढायची, हे एक दिव्यच होतं. गर्द झाडीमुळं संध्याकाळी पावणेसहा वाजता तिथं मिट्ट काळोख पडला होता...

गाव जेमतेम पंचवीस-तीस घरांचा होता. कर्नलचा बंगला तिथूनही दूर, प्रत्यक्ष जंगलातच होता! लाकडं गोळा करून परत निघालेल्या गावकर्‍यांनीच मला तो दाखवला.

अवकळा आलेल्या त्या एकाकी बंगल्यासमोर मी जीप उभी केली आणि बॅग घेऊन खाली उतरलो. टॉर्च पेटवून दाराशी गेलो. कडी वाजवणार, एवढ्यात मागं चाहूल लागली, म्हणून वळलो. एक म्हातारा गडी पाठीशीच उभा होता. बहुधा गाडीचा आवाज ऐकूनच तो आला असावा.

'कर्नल राजोपाध्यांचा बंगला हाच ना?' मी विचारलं.

त्यानं हातातला कंदील खाली ठेवला आणि काही न बोलता दार ढकललं. बंगला गेल्या पंधरा वर्षांतला, पण शंभर वर्षांपूर्वीचा असावा, तसा जुनाट वाटत होता. उघडच आहे! कर्नलच्या एकांड्या, विकल संसारात बंगल्याची निगा कोण राखणार?

'तुम्ही या बंगल्याची देखरेख करता?' –मी तिथल्याच एका उसवलेल्या सोफ्यावर बसकण मारीत विचारलं.

'अधनंमधनं येतो. तेही कामापुरतं. लगेच हाकून देतात. जास्त वेळ इथं राहायची परवानगी नाही.'

'का?'

'आम्ही बोलतो, म्हणून. इथं कुणी बोलायचं नसतं.'

'बोलायचं नसतं?' मी चकित होऊन विचारलं. मग आठवलं, कर्नलची स्वत:ची वाचा गेलीय.

'इथं सगळं चिडीचूप असतं, बघा. माणसाचा आवाज नाही!'

'कर्नलसाहेब कुठायत? त्यांना सांगा, मी आलोय, त्यांचा जुना दोस्त.'

गडी हलला नाही.

काही क्षण तो गप्पच उभा होता. मग म्हणाला–

'तुम्हांला ठाऊक नाही? काल रात्रीच साहेब वारले. छातीत कसंतरी व्हायला लागलं न् पाच मिनिटांत खेळ खल्लास!'

काय विलक्षण योगायोग! काल रात्री मी कर्नलकडे जायला हवं, या जाणिवेनं दचकून जागा झालो, बहुधा त्याच वेळी इकडं–

'आज सकाळीच अग्नी दिला. तुम्ही येणार, हे ठाऊक असतं, तर...'

गेल्या पंधरा वर्षांत कधीही कर्नलच्या गावी न आलेला मी–आज एकाएकी ठरवून इथं आलो, ते कधी? तर कर्नल या जगातून निघून गेल्यानंतर! त्याचं शेवटचं दर्शनसुद्धा मला घेता आलं नव्हतं. मग काय उपयोग होता–माझ्या इथं येण्याचा?

आतल्या दारात एक मुलगी येऊन उभी राहिली.

माझ्या शरीरातून एक विचित्र संवेदना लहरत गेली.

चौदा वर्षांची ती मुलगी नक्कीच कर्नलची नात होती. वयाच्या मानानं तिचा चेहरा प्रौढ वाटत होता. रूप रेखीव होतं, पण रंग सावळा होता. मोकळ्या सुटलेल्या केसांच्या बटा कपाळावर आल्या होत्या. डोळे रडून-रडून सुजले होते; पण तरीही त्यांच्यात एक चमत्कारिक चमक होती!

जगाच्या नजरेपासून दूर, अंधाच्या गुहेत, दगडात कोरलेली एखादी पुरातन मूर्ती असावी, तशी ती माणसांच्या जगापासून दूर दूर असल्यागत वाटत होती!

मी विचारलं,

'तू कर्नलसाहेबांची नात का?'

तिच्या तोंडून शब्द फुटला नाही. चेहऱ्यावर कसलेही भाव उमटले नाहीत. जणू माझा प्रश्न तिच्यापर्यंत पोहोचण्याच्या आत मधल्यामध्येच पुसला गेला होता!

गडी म्हणाला,

'तिला काही विचारू नका. तिला बोललेलं समजत नाही!'

'समजत नाही? मग ती कुठल्या भाषेत बोलते?'

'कुठल्याच नाही. ती मुकी आहे!'

सकाळी मला जाग आली, तेव्हा दिवस बराच वर आला होता. प्रवासाच्या शिणामुळं रात्री मला चांगलीच गाढ झोप लागली होती, शिवाय बंगल्याभोवतालचं वातावरण अतिशय शांत होतं. कसला म्हणजे कसलाही आवाज नव्हता. आता सकाळी मात्र झाडांमधून पाखरं कुलकुलत होती. ते ऐकताना शहरी गजबजाटाला विटलेलं मन निवल्यासारखं झालं.

मी तोंड धुऊन खाली आलो, तोवर माझा चहा तयार ठेवलेला होता– बहुधा तिनंच! कारण घरात माणसांची हालचाल बिलकुल दिसत नव्हती.

चहा पिऊन मी बाहेरचे कपडे चढवले, हातात एक काठी घेतली आणि थोडं पायीच हिंडून याव, म्हणून बाहेर पडलो.

नुकताच पाऊस पडून गेला होता. झाडांतून अजूनही थेंब ठिबकत होते. सगळीकडे हिरवंगार झालं होतं. पायांखाली पानंच पानं पसरलेली. चिखलाचा लवलेश नव्हता. काल संध्याकाळी याच रस्त्याला शिव्या देत मी आलो होतो, हे खरंही वाटेना. कर्नलच्या मरणाचं दुःख, त्याच्या नातीविषयीचं कुतूहल, पुढं काय करायचं, याची चिंता–कशाकशाचा त्रास होत नव्हता. मन नुसतं हिरवंगार होऊन गेलं होतं. कर्नल या जंगलात कशाला धडपडायला आला, असा जो प्रश्न गेली पंधरा वर्षं मला पडला होता, त्याचं उत्तर आता मिळत होतं.

पाठीमागं पानं वाजली. मी वळून पाहिलं. ती येत होती. मी थांबलो. तिला बरोबर येऊ दिलं.

काल तिच्या चर्येवर दिसलेलं दुःख आता बरंच कमी झालं होतं. पावसानंतरच्या रानासारखा तिचा चेहरा टवटवीत दिसत होता. चटचट पावलं उचलीत ती चालत होती. चालताना एका हातानं केसांच्या बटा मागं सारीत होती.

मला तिच्याशी बोलण्याचा फार मोह होत होता. वयस्कर आजोबांबरोबर ती एकटीच राहायची कशी, आपलं दुखणं सांभाळून ते तिचा सांभाळ करायचे कसे, आणि मुख्य म्हणजे भाषेवाचून दोघं एकमेकांना समजून घ्यायचे कसे–खूप खूप तिला विचारायचं होतं. पण ते शक्य नव्हतं. पुन्हा पुन्हा मनात येत होतं–आजोबांची वाचा जाणं आणि नातही मुकी निपजणं हा योगायोग किती विचित्र आहे!

एक मात्र खरं होतं, तिला माझ्याविषयी आपुलकी वाटत असावी, विश्वास वाटत असावा. नाहीतर ती आपणहून माझ्याबरोबर बाहेर आलीच नसती.

मध्ये एका पक्ष्याची टोकटोक ऐकू आली आणि तिनं एकदम हर्षभरित होऊन वर पाहिलं. मला आश्चर्याचा धक्का बसला. एकूण ती, काही मुके असतात, तशी बहिरी नव्हती. तिला ऐकू येत होतं. ती फक्त मुकी होती.

आता रान मागं पडलं आणि गावातली घरं दिसू लागली.

ती थांबली. मीही थांबलो. एवढ्यात ती वळली आणि उलट दिशेनं परत जायला निघाली. भराभर चालत माझ्यापासून कितीतरी लांब गेली.

हाका मारून काही फायदा नव्हता. मी तिच्यामागं धावत गेलो आणि हातानंच तिला अडवलं. ती रडकुंडीला आली होती. माझ्या हाताला हिसडा मारून ती जी पळत सुटली, ती झाडांमध्ये पार दिसेनाशी झाली.

एवढ्यातल्या एवढ्यात हिला झालं काय, तेच मला कळेना. तिला गावात जायचं नव्हतं का? गावात असं काय होतं की त्याची तिनं धास्ती घ्यावी?

मी गावात चार ठिकाणी कर्नलविषयी विचारपूस केली. कुणालाही त्याची फारशी माहिती नव्हती. कर्नल त्याच्या दुखण्यामुळं अगदी अज्ञातवासात असल्यासारखा होता. त्याचं ते पूर्वीचं गडगडाट करून हसणं, मोठमोठ्यानं बोलणं मला आठवलं.

आजूबाजूला माणसं गोळा करून तो नेहमी काहीतरी सांगताना दिसायचा. त्याची वाचा गेली, शब्द हरवले, तशी त्याच्या भोवतीची माणसंही गेली. शब्द या गोष्टीला माणसाच्या आयुष्यात खरंच इतकं महत्त्व आहे का?

पण नाही. हार पत्करणं कर्नल राजोपाध्येच्या स्वभावात नव्हतं. तो जातीचा झुंजार माणूस होता. मग इथंच तो हरला असेल? गेली बारा वर्ष लोकांपासून दूर राहून, जितेपणी मेल्यासारखा जगला असेल?

मला हे खरं वाटेना.

त्याच्या नातीला एकटं सोडणं शक्य नव्हतं. मी तिला माझ्याबरोबर मुंबईला न्यायचं ठरवलं. घर सोडून माझ्याबरोबर येणं तिला कितपत आवडेल, याची मला खातरी नव्हती, पण तिनं काही विरोध केला नाही. दुपारी मी जीप काढल्याबरोबर ती मुकाट्यानं माझ्या शेजारी येऊन बसली.

प्रवासात ती पुन्हा सकाळच्यासारखीच उल्हसित झाली. मजेत खिडकीबाहेर बघत राहिली–अगदी रंगून जाऊन. जसं काही झाडं, डोंगर, पाणी, वारा यांच्याशीच तिची माणसांपेक्षा अधिक गट्टी होती!

तिला ऐकू येतं, हे सकाळीच माझ्या ध्यानात आलं होतं. म्हणून मी एक-दोन वेळा तिच्याशी बोलण्याचा प्रयत्न केला, पण तिच्या चेहऱ्यावर काही समजल्याच्या खुणा उमटल्या नाहीत. शब्दांचा अर्थ तर सोडाच, पण बोलण्याची क्रियादेखील जशी काही तिला कळत नव्हती.

मुंबईला आल्याबरोबर मी माझ्या एका मूकबधिरतज्ज्ञ डॉक्टर मित्राला फोन केला. तिची केस समजावून दिली. त्यानं लगेच तिला घेऊन यायला सांगितलं.

काही दिवसांनी, सगळ्या तपासण्या झाल्यानंतर त्यानं मला आपल्या केबिनमध्ये बोलावून घेतलं.

'तिच्या हिअरिंगमध्ये काही दोष नाही.' तो म्हणाला.

'ते तर मी तुला सुरुवातीलाच सांगितलं. प्रत्येक लहानसहान आवाजाची प्रतिक्रिया ती देते. पण आपण काही बोलायला लागलं, म्हणजे मात्र चेहरा कोरा! असं काही असेल का की, तिला इतर आवाज ऐकू येतात–पण शब्द मात्र ऐकू येत नाहीत?'

'वेडा आहेस! असं कसं असेल? शब्द तिला ऐकू येतात–पण त्यांचा अर्थ तिला कळत नाही–'

'का?'

'साधी गोष्ट आहे! गेल्या बारा वर्षांत तिच्याशी कोणीच काही बोललेलं नाही. कोण बोलणार? घरी कुणाचं येणं-जाणं नाही. एकटे आजोबा-त्यांची वाचा गेलेली- गडी थोडा वेळ आले, तरी त्यांना बोलायला बंदी-'

'पण कर्नलनं असं का करावं? स्वतःला बोलता येत नाही, म्हणून इतरांना

बोलायची बंदी? कर्नल इतका दुष्टपणा करील?'

'यू विल नेव्हर नो. अचानक एखादं व्यंग तयार झालं, तर माणसाच्या स्वभावातही विकृती येऊ शकते. एनी वे, तिला शब्द ऐकण्याची संधी मिळालेली नाही...'

'शब्दांची ओळख नाही, म्हणून तर तिला बोलता येईनासं झालं नसेल?'

'प्रिसाइसली. मी तिची पूर्ण तपासणी केली! तिचे एक्सरेज्देखील बारकाईनं पाहिले. तिच्या स्वरयंत्रात काहीही दोष नाही. जीभ, जबडा–एव्हरीथिंग इज नॉर्मल.'

आनंदानं मला वेड लागायची पाळी आली.

'यू मीन–तिला शिकवलं, तर बोलता येईल?'

'तसे चान्सेस आहेत... नव्वद टक्के.' डॉक्टर म्हणाला.

मला एवढंच उत्तेजन हवं होतं, आता मी माघार घेणार नव्हतो. काही झालं, तरी मीही एके काळी कर्नलच्याच तुकडीतून लढलो होतो.

माझ्या आजूबाजूच्या मंडळींनी अर्थातच आग्रह धरला की मी तिला मुक्याबहिऱ्यांच्या शाळेत घालावं. जी मुलगी मुकी वाटते, तिला मुक्यांच्या शाळेत पाठवा, असं त्यांनी म्हणावं, हे साहजिकच होतं, पण नेमकं तेच टाळायला हवं होतं. तिच्या कानांवर शब्दच पडले नाहीत, तर ती बोलायला शिकणार कुठून? ते, उलट, तिच्या मुकेपणाला उत्तेजन देण्यासारखं झालं असतं. म्हणून तिला सर्वसामान्य, बोलणाऱ्या मुलांच्याच शाळेत पाठवायला हवं, हे उघड होतं; पण तिथं तिचं वय आड येत होतं. गेल्या चौदा वर्षांत ती एक अक्षरही शिकलेली नव्हती. आता तिला घालायचं तरी कुठल्या वर्गात?–कुठल्याही शाळेत, कुठल्याही वर्गात तिला प्रवेश मिळणं, मुश्कील होतं.

शाळेच्या रीतसर शिक्षणाचा विचार नंतर करून आधी तिला बोलायला तर शिकवू, या विचारानं मी दुसऱ्या दिवसापासून तिच्यासाठी जयवंत मास्तरांची शिकवणी सुरू केली.

पहिले तीन-चार दिवस मी शिकवणीच्या वेळेस खोलीत थांबलो–तिला धीर द्यायला. जयवंत मास्तर कितीही बोलले, तरी तिला त्यातला एकही शब्द समजत नसे. मास्तरांनी तोंड उघडून उच्चार करायला सांगितला, हेच तिला कळत नसे. क्वचितच तोंड उघडलं, तर त्यातून जखमी जनावराच्या कण्हण्यासारखा विचित्र आवाज बाहेर पडे. तिला शब्दांचा त्रास होतोय, असं वाटे. आधारासाठी ती आजूबाजूला पाही. शब्दांचा मारा चुकवण्याचा प्रयत्न करी. शिकवणी संपताच ती अगदी थकून बिछान्यावर अंग टाकी. मी तिच्या पाठीवरून, केसांवरून हात फिरवीत बसे. ती एखाद्या घाबरलेल्या अर्भकासारखी माझं बोट घट्ट पकडून ठेवी.

तिच्या या लक्षणांवरून, तिला बोलता येण्याची जरासुद्धा आशा दिसत नव्हती. तरीही जयवंत मास्तरांना हे आपल्या शिकवण्याला एक आव्हान वाटत होतं आणि

आपल्या परीनं ते प्रयत्नांची पराकाष्ठा करीत होते.

असेच आठएक दिवस गेले. त्यानंतर, एके दिवशी मी ऑफिसमध्ये काम करीत बसलो होतो आणि अचानक मला कुणीतरी हाका मारतंय, असा भास झाला.

मी दचकून उठलो. खिडकीशी गेलो. बाहेर कुणीच नव्हतं. आता नुसत्या हाका येत नव्हत्या. 'लवकर या–आत्ताच्या आत्ता घरी या,' असा आक्रोश चालला होता– जसं काही कोणी प्राणांतिक संकटात सापडलं होतं आणि मला मदतीला बोलावीत होतं.

मी लगेच जीप काढली आणि घरी पोहोचलो.

लॅच-कीनं दरवाजा उघडून मी आत पाऊल टाकलं.

जयवंत मास्तर बाहेरच्या खोलीत बसले होते. त्यांच्या पाठीमागचा दरवाजा बंद होता.

मी घाईघाईनं दरवाजाकडे जाऊ लागलो, असं पाहताच त्यांनी मला अडवलं. म्हणाले,

'थांबा, दार उघडू नका, मी एक नवा प्रयोग करून पाहतोय!'

इतक्यात आतून एक घुसमटलेली किंकाळी ऐकू आली. मी जयवंत मास्तरांकडे लक्ष न देता पुढं झेप घेतली आणि दार उघडले. आतला प्रकार पाहून मी सर्दच झालो. एखाद्याला कोंडून ठेवावं आणि खोलीत साप-विंचवासारखे भयंकर प्राणी सोडावेत, मग त्या माणसाची भीतीनं जी अवस्था होईल, तशा अवस्थेत ती उभी होती. आक्रसलेल्या चेहऱ्यावर नाकाडोळ्यांतनं पाणी गळत होतं. कपड्यांची शुद्ध नव्हती. अंग आखडून ती एका कोपऱ्यात स्वतःला चिणून घेण्याचा प्रयत्न करीत होती. विस्फारलेली नजर समोरच्या कोपऱ्यातल्या एका वस्तूवर खिळली होती.

त्या वस्तूमधून बाहेर पडत होते–शब्द, शब्द, शब्द.

मी धावत जाऊन आधी तो टेपरेकॉर्डर बंद केला. तिच्याजवळ गेलो. तिनं मला मिठीच मारली. मी तिच्या केसांवरून हात फिरवीत म्हटलं,

'घाबरू नको. मी आलोय ना आता?'

अर्थात हे बोललो, ते मनातल्या मनातच. उघड बोलण्याचा उपयोग तरी काय होता?

माझ्या पाठोपाठ जयवंत मास्तर आत आले होते. किंचित ओशाळून ते म्हणाले,

'मी तिला शिकवण्याचा एक प्रयोग करीत होतो. मला वाटलं, समोर माणूस नसताना नुसते शब्द ऐकायचे म्हटलं की तिचं चित्त अधिक एकाग्र होईल.'

'चूक आहे ते. एरवी तिला समोरच्या माणसाचा तरी आधार असतो! पण आज नुसत्या शब्दांचा मारा तिला असह्य झाला! अजून तुमच्या लक्षात येत नाही, मास्तर? ती शब्दांना घाबरते!'

'शब्दांना घाबरते? का?'

'का, हेच तर कोडं आहे! मी ते उलगडण्याचा प्रयत्न करतोय! पण उत्तर मिळेपर्यंत तुम्ही कृपा करून असले अघोरी प्रकार नका करू. आज मी आलो नसतो, तर कदाचित भीतीनं तिचा प्राण गेला असता!'

हे बोलता बोलताच माझ्या मनात येत होतं, मी आलो नसतो, तर, असं मी म्हणतोय–पण मी आलो कसा? कोणी मला घरी धावत येण्याची सूचना दिली?

मी तिच्याकडे पाहिलं. माझ्या मांडीवर डोकं ठेवून ती गाढ झोपी गेली होती.

याच्या दुसऱ्याच दिवशी ती नाहीशी झाली.

रोज मी घरी आलो की, ती लगबगीनं बाहेरच्या खोलीत यायची, पाच मिनिटं माझ्याबरोबर बसायची.

पण आज तिचा पत्ता नव्हता. घरात दुसरं कुणीच नव्हतं. घरकामाला येणारी बाई कधीच येऊन गेली होती.

शेजारीपाजारी चौकशी करण्यात अर्थ नव्हता; कारण ती कुणातच मिसळत नसे. मी खाली येऊन रस्त्यापर्यंत पाहून आलो. काही उपयोग झाला नाही.

ही गेली तरी कुठं? गर्दीची अजिबात सवय नसलेली, वाहनांना बुजणारी, गडबडीला घाबरणारी ही मुलगी–हिचं काय झालं असेल? ही कुठल्या संकटात सापडली असेल? आता शोधायची कुठं हिला?

मी पोलिस-स्टेशनला फोन केला. त्यांनी सगळीकडे तिच्या शोधाच्या सूचना देऊन ठेवायचं कबूल केलं.

काळजीनं जीव गुदमरून गेला होता. मी जीपमध्ये बसलो आणि ती सावकाश चालवीत मैलभराच्या टापूत पाहून आलो. तिच्यासारख्या मुली दिसल्या की, आशेनं जीप थांबवायची. जवळ जाऊन पाहायचो–आणि निराश होऊन परत जीपमध्ये चढायचो.

आता कुठं जायचं, हे न सुचून घरी परतलो. एव्हाना ती परत आली असेल, अशी एक चुकार आशा होती, पण ती खोटी ठरली.

मी सिगरेट पेटवली आणि बिछान्यावर अंग टाकलं. विचार एकसारखे चालूच होते, पण त्यांना काही दिशा नव्हती. कुणाच्या मनातले बेत कसे कळणार? त्यातून मुक्या माणसाचं मन कळणं अधिकच अवघड!

मध्येच क्षणभर विचार थांबले. मन अगदी रिकामं झाल्यासारखं वाटलं–तरंग नसलेल्या पाण्यासारखं; आणि एकदम जाणवलं की ती कबुतरखान्याजवळ एका बंद लाँड्रीच्या पायरीवर पाय पोटाशी घेऊन बसली आहे–थेदरलेली, भांबावलेली.

आपल्याला असं कां वाटलं, याची फिकीर करीत मी बसलो नाही. जीप घेऊन सरळ कबुतरखान्याजवळ गेलो. ती तिथं नक्की सापडेल, याविषयी मला जरादेखील

शंका नव्हती.

जरा इकडेतिकडे बघताच लाँड्री सापडली. या वेळी ती बंदही होती.

पण पायरीवर मात्र ती नव्हती.

असं कसं झालं? असं व्हायचं होतं, तर मी इथं आलो कशाला? खरंच, मी कशाला आलो? केवळ स्वतःला वाटलं, म्हणूनच ना? ती इथं सापडेलच, असं मी ठरवलं, ते कशाच्या आधारावर?

अधिकच निराश होऊन मी जीप सुरू केली. घराच्या रस्त्याला लागलो.

पण मंदिराकडून जीप वळवली आणि वाटायला लागलं की मागं फिरायला हवं. त्याच रस्त्यावर... आणखी थोडं पुढं, एक इमारत आहे–पिवळ्या रंगाची–निळ्या काचांच्या खिडक्यांची–तिथं जायला हवं–दुसऱ्या मजल्यावर. दाराला मण्यांचं तोरण आहे–तिथं आत पोहोचायला हवं. ती माझी वाट पाहते आहे.

ही सूचना खोटी असली, तर?

खोटी असो, खरी असो, ती पाळायला तर हवी! त्यातून तसली इमारत तिथं नसली, तर प्रश्नच निकालात निघेल.

मी जीप वळवली. पाच मिनिटांत कबुतरखान्यावरून पुढं निघालो–भवानीशंकर रोडच्या दिशेनं.

अचानक मला ती पिवळ्या रंगाची इमारत दिसली. निळ्या काचांच्या खिडक्यांची. जीप पार्क करून मी इमारतीत शिरलो. दुसऱ्या मजल्यावरच्या दाराची बेल वाजवली. एका मध्यमवयीन गृहस्थानं दार उघडलं. मण्यांचं तोरण खळखळलं.

'काय पाहिजे?' त्यांनी विचारलं.

'इथं एक मुलगी आलीय का? मुकी आहे–'

प्रश्न विचारताक्षणीच लक्षात आलं की, आपण आपल्या तंद्रीत आलो खरे, पण ती जर इथं आली नसेल, तर हे गृहस्थ आपल्याला वेडा ठरवतील!

'आली आहे. मीच तिला घेऊन आलो–पंधरा-वीस मिनिटांपूर्वी. बंद लाँड्रीच्या पायऱ्यांवर बसली होती–पाय पोटाशी घेऊन. चांगल्या घरातली दिसली, म्हणून विचारपूस केली. तिला काही समजत नव्हतं. कोणीतरी फायदा घेईल, म्हणून घरी घेऊन आलो.'

ते एवढं बोलताहेत, तो ती धावतच बाहेर आली आणि मला बिलगली.

'–पण तुम्हाला कसं कळलं, ती इथं आलीय ते?' त्या गृहस्थांनी विचारलं.

मला कसं कळलं?– ते मला तरी कुठं ठाऊक होतं?

मी काहीच बोललो नाही.

पण मला भीती वाटायला लागली होती– माझ्या नकळत, एक नवी शक्ती माझ्यात येऊ लागली होती की काय? कुठली?

माझं बोट धरून ती जीपमध्ये चढली. माझ्या शेजारी बसली–मला घट्ट बिलगून. माझ्याविषयी तिला इतकं वाटत होतं, तर ती मला सोडून का गेली होती?

'मला भीती वाटते.' माझ्या जाणिवेत शब्द स्पष्ट उमटले. 'मला इथं राहायचं नाही... मी देवरानला परत चालले होते... पण रस्ता सापडेना. मोटारी, माणसं... गडबड... मी घाबरले... बसून राहिले. तुम्हाला बोलावलं.'

हे मला कोण सांगत होतं? प्रत्यक्षात तर कोणीच बोलत नव्हतं. मग मला हे कळत होतं, ते कुठल्या मार्गानं?

मी तिच्याकडे पाहिलं. ती अगदी एकाग्रपणे समोर पाहात बसून राहिली होती– मला अगदी घट्ट बिलगून.

मला काहीतरी समजतंयसं वाटत होतं. एक पुसटसा आकार दिसत होता–पण अजून सगळं स्पष्ट होत नव्हतं.

चार दिवसांनी, रात्रीच्या वेळेस, एक मध्यमवयीन गृहस्थ माझा पत्ता शोधीत माझ्या घरी आले.

'मी सॉलिसिटर फडतरे. कर्नल राजोपाध्यांचा सॉलिसिटर.'

मला परमेश्वर भेटल्यासारखं झालं. एकूण आता कर्नलची अधिक माहिती मिळायची सोय झाली.

'तुम्हांला माहीत आहे का की, कर्नल अलीकडेच वारले?' फडतऱ्यांनी मला विचारलं.

'हो. मी त्याच्या घरी जाऊन आलो. देवरानला. त्याच्या नातीला मी इथं आणलंय.'

फडतरे दचकले.

'तिला–तुम्ही बरोबर आणलंय?'

'हो. कां?'

'कर्नलच्या विलप्रमाणे त्यांच्यामागे त्यांची इस्टेट, बंगला– सगळं तिच्याच नावानं होणार आहे. मात्र त्यांना काळजी वाटत होती की, लोक तिला फसवतील. तिच्या हातातनं सगळं काढून घेतील, आणि एखाद्या बेवारशी मुलीसारखं तिला रस्त्यावर पडावं लागेल. म्हणून त्यांनी तिची जबाबदारी तुमच्यावर सोपवलीय. ती सज्ञान होईपर्यंत ही इस्टेट तुमच्याकडेच राहील. त्यानंतर तिला फायदेशीर होईल, अशा रीतीनं–'

'ते राहू दे. पण त्यांनी आपल्या नातीविषयी अधिक काही कळवलंय का?'.

'नाही, बुवा. कां? काही विशेष?'

'नाही– काही नाही.'

'कर्नलनी विल केलं, त्याला तीन महिने झाले. तुम्हांला आज कळवू, उद्या

कळवू, म्हणता म्हणता बरेच दिवस गेले. त्यात कर्नल अचानक गेले. ते गेल्याचं मला कळलं, तेही काल-परवाच. साताऱ्याहून माझा भाचा आला, त्याच्याकडून. तुम्हाला कसं कळलं?'

रहस्य उलगडण्याची आशा वाटता वाटताच पुन्हा एक दरवाजा बंद झाला होता.

फडतऱ्यांनी सांगितल्याप्रमाणे इस्टेटीचा ताबा घेण्यासाठी मी दोनच दिवसांत देवरानला गेलो. या वेळेस मी तिथं पाहुणा नव्हतो, परका नव्हतो. काही एका विलक्षण दैवयोगानं मी तिथला, तात्पुरता का होईना, पण मालक झालो होतो. त्या वास्तूची जबाबदारी आता माझ्यावर होती.

मी तीन-चार गडी बोलावले. सुतार, रंगारी बोलावले आणि बंगला स्वच्छ करून घ्यायला सुरुवात केली.

भिंत साफ करता करता गडी माझ्याकडे आले आणि म्हणाले,

'फडताळातली पुस्तकं काढून ठेवायची ना?'

मी जाऊन पाहिलं. भिंतीतलं एक मोठं फडताळ पुस्तकांनी भरून गेलेलं होतं. मी ती पुस्तकं खाली काढायला लावून, फडताळ रंगवायला रिकामं करून दिलं.

कर्नलसारख्या फौजी माणसाकडे पुस्तकं कसली असणार? घटकाभर करमणूक करणाऱ्या इंग्रजी कादंबऱ्या असतील, झालं; असा विचार करीत मी ती पुस्तकं सहज चाळायला लागलो, पण आश्चर्य म्हणजे त्या कादंबऱ्या नव्हत्या. ती मानसशास्त्रावरची, अध्यात्मावरची आणि तत्त्वज्ञानाची गंभीर पुस्तकं होती. बहुतेक सगळी इंग्रजीत होती. एखाद दुसरं मराठी होतं.

विशेष म्हणजे त्यांच्यापैकी काही पुस्तकं, पुस्तकंच नव्हती. त्या होत्या डायऱ्या! मजबूत, जाडजूड बांधणीच्या सुमारे चौदा-पंधरा डायऱ्या. बारीक अक्षरातल्या इंग्रजी मजकुरानं पाठपोट भरलेल्या.

कर्नलच्या आयुष्यातली पंधरा वर्ष इथं डायऱ्यांच्या रूपात माझ्यासमोर उभी होती.

मी त्या डायऱ्या वाचायला लगेच सुरुवात केली. उरलेला दिवस आणि सबंध रात्र मी वाचतच होतो.

'... नियतीचा खेळ मोठा अगम्य आहे. माझ्या नातीला तिचे आईवडील माझ्याकडे सोडून जातात काय, आणि ती कायमचीच इथली रहिवासी होते काय!'

'... माझ्यासारखा असाहाय्य म्हातारा– तिला कसा सांभाळू शकेल? पण न सांभाळून सांगायचं कुणाला? तिला पाठवणार कुठं? अनाथाश्रमात?'

'... परमेश्वरा, निदान मला बोलता आलं असतं, तर मी तिला, रडू नको, एवढं तरी सांगू शकलो असतो. पण या अशा वाचाहीन अवस्थेत मी तिच्यासाठी काय करू शकणार?'

'...मला निदान तिला हाक मारता आली असती, तरी तिच्यावर लक्ष ठेवणं

किती सोपं झालं असतं!'

'... या अशा अवस्थेत देवानं तिला माझ्याकडे पाठवून माझी थट्टा मांडली आहे! पण असं तरी का म्हणावं? असंही असेल की या वयात मला सोबत म्हणूनच त्यानं तिला पाठवलं असेल! तिच्यामुळंच माझ्या जगण्याला काही हेतू आला आहे! नाहीतर यापुढलं रिकामं आयुष्य खायला उठलं असतं! दुर्भाग्य एवढंच की मी तिच्याशी बोलू शकत नाही!'

'... कुणाला, कुणाची माया लागेल, हे कसं सांगणार? नाहीतर या चिमण्या जिवाला आपल्या मुक्या आजोबाचा लळा का लागावा?'

'... किती दिवस मी दैवाला दोष देत राहू? माणसाच्या हातांत काहीच का नसतं? माझ्या दुर्दैवाशी मी लढा देऊ शकणार नाही का?'

'... इतक्या दिवसांच्या सतत विचाराला आज फळ आलं. मला एक नवीन मार्ग सुचला आहे! पण तो इतका कठीण आहे–'

'... आजवर केवळ कुतूहलापोटी मी या विषयाचा अभ्यास केला. आता प्रयोग करून पाहण्याची संधी मिळाली आहे!'

'... बेटीचा माझ्यावर इतका विश्वास आहे! ती माझ्यावर सर्वस्वी-अगदी सर्वस्वी अवलंबून आहे! एवढासा बाळजीव–माझ्यासारख्या म्हाताऱ्यावर इतकं प्रेम करतो! स्वर्गीय–केवळ स्वर्गीय! परमेश्वराची कृपा!'

'... प्रयोग कितीही कठीण असला, तरी मी मागे हटणार नाही– मी हाडाचा सैनिक आहे! शिवाय हाताशी भरपूर वेळ आहे! दुसरं आहेच काय करायला?'

'... बस्. ही गोष्ट साध्य करून दाखवणं हेच आता माझ्या आयुष्याचं ध्येय!'

'... मन अतिशय एकाग्र करायचं–विचाराचा एकच तीव्र झोत तयार करायचा आणि तिच्या मनाला संदेश पाठवायचा! तिचं मन तो संदेश ग्रहण करील का? त्यानं करायला हवा. तिचं मन कोवळं आहे, असंस्कारित आहे. शिवाय महत्त्वाची गोष्ट, म्हणजे तिचं माझ्यावर प्रेम आहे! – आम्हा दोघांच्या मनांमध्ये पहिल्यापासूनच एक धागा तयार झालेला आहे! परमेश्वरा, मला या प्रयोगात यश येऊ दे, रे! नाहीतर माझी नात मला अंतरेल!'

'... जिंकलो! काय विलक्षण प्रकार! ही गोष्ट साध्य होईल, हे कुणाला खरं वाटलं नसतं! पण ती झालीय! आज मी तिला मनानंच सांगितलं, 'टेबलवर पडलेलं पुस्तक घेऊन ये.' ती दुडूदुडू धावत गेली आणि पुस्तक घेऊन आली! गॉड इज ग्रेट!'

'... आता माझं मन थोडंसंच एकाग्र झालं, तरी तिच्याशी बोलू शकतं.'

'... आता कितीतरी गोष्टी मी तिला मनाच्या भाषेत शिकवू शकतो. काल मी तिला वस्तूंचे रंग शिकवले.'

'... परमेश्वराची लीला! काल प्रथमच तिनं मला संदेश दिला– आजोबा, मागच्या अंगणात एक मोर आला आहे!'

'... आता ती माझ्याबरोबर न येता, जिथं कुठं असेल, तिथूनच माझ्या मनाशी बोलू लागली आहे. हे तिला माझ्यापेक्षा कितीतरी अधिक लवकर जमलं! ती वयानं लहान असल्यामुळं का?'

यापुढे त्या दोघांच्या मनांमधले अनेक प्रसंगांचे संवाद दिलेले होते. दिवसेंदिवस हे संवाद अधिकाधिक सोपे होत गेले होते. पुढंपुढं तर शब्दांच्या साहाय्यानं माणसं बोलतील, तसेच हे संवाद होत असावेत. आज ती असं म्हणाली– मग मी असं म्हणालो, असे उल्लेख होते. आपल्याला प्राप्त झालेल्या सामर्थ्याविषयी पुढं कसलीही अपूर्वाई दिसत नव्हती. ते गृहीतच धरलेलं होतं. कर्नलला फक्त एकच वाटत होतं–कुठल्याही भाषेत बोललेले शब्द आपल्या नातीच्या कानांवर पडता कामा नयेत! कारण तिला स्वत:ला चारचौघांसारखे तोंडाने शब्द बोलता यायला लागले, तर मननं संदेश देण्याघेण्याची तिची शक्ती कमी होईल, याची त्याला खातरीच होती!

कर्नलनं आपल्या नातीला शब्दांवाचून वाढवलं होतं. आपल्या व्यंगावर मात केली होती. जिथं शरीराची शक्ती अपुरी पडली होती, तिथं मनाकडून काम करून घेतलं होतं आणि आपल्या नातीला एक जगावेगळं सामर्थ्य दिलं होतं!

मग–मला जेव्हा-जेव्हा तिच्यावरच्या संकटाची जाणीव झाली, तेव्हा तिचंच मन मला हाक मारीत होतं का? शंकाच नाही! आणि कर्नलनं मरणवेळी मला घातलेली साद? पण माझ्यात कसलीही वेगळी शक्ती नसताना ती माझ्यापर्यंत पोहोचण्याचं कारण? त्या दोघांमध्ये आणि माझ्यात असलेला प्रेमाचा धागा? की त्या त्या वेळची त्यांच्या साद घालण्यातली उत्कटता? आणि कुणी सांगावं? मी अगदीच कोरडा नसेन! थोड्याशा साधनेनंतर माझ्यातही ही शक्ती–

बीजरूपानं प्रत्येकच माणसात ही शक्ती असेल का? जन्मत: असलेली, पण नंतर शब्दांच्या बडेजावात खुरटून गेलेली?

खरंच! एके काळी माणूस निसर्गाचाच एक भाग असेल? निसर्गाशी, शब्दांवाचून मननं बोलत असेल! निसर्गही त्याच्याशी भाषेवाचून बोलत असेल! पावसाचा आवाज, पक्ष्यांचं कूजन, रातकिड्यांची किरकिर–साऱ्यासाऱ्यांचा अर्थ माणसाला समजत असेल! नुसत्या नादाचाच नाही, तर शांततेचाही! रानातली मध्यरात्रीची स्तब्धता, गुहेतली खोल गंभीरता, समुद्रतळीची नीरवता, गर्भातली नि:शब्दता आणि मरणानंतरची शांती–या साऱ्यांचा अन्वय माणसाला लावता येत असेल! मग; शब्दांशिवाय दुसऱ्याला काही सांगणं त्याला काय कठीण?

पण मग कधीतरी एकदा त्याला शब्दांचा शोध लागला असेल! निसर्गात

दुसऱ्या कुणालाच बोलता न येणारी स्वत:ची वेगळी भाषा त्यानं शोधून काढली असेल, आणि इथंच तो निसर्गाशी फुटून वेगळा झाला असेल! इथंच त्यानं शब्दांवाचून दुसऱ्याचं मन जाणण्याची, आपलं मन दुसऱ्याला कळवण्याची शक्ती गमावली असेल!

माणसामाणसाला तोडणारे बेंगरूळ, ढोबळ शब्द बोलण्याची, कृत्रिम कसबाऐवजी माणसांची मनं शब्दांवाचून जोडण्याची शक्ती जर एखाद्या जीवात असेल, तर ती जपली पाहिजे– प्राणपणाने वाढवली पाहिजे!

बस्, कर्नल, आजपासून माझ्या आयुष्याचं ध्येय ठरलं! तुझी जागा मी घेईन! मी तिला इथं घेऊन येईन! तिच्या मनाशी संवाद करायला शिकेन! कितीही कष्ट पडले, तरी चालतील, पण या रानातली तुझी साधना मी शहरातल्या त्या गलिच्छ कोलाहलात वाया जाऊ देणार नाही! मी तुझी ठेव सांभाळीन! तिची जगावेगळी शक्ती कायम राखीन!

एका नव्या निर्धारानं मी मुंबईला परत आलो.

जिना चढतानाच मी तिला मनातल्या मनात शेकडो हाका मारल्या.

पण दार उघडलं, तेव्हा लक्षात आलं की घर मोकळंच आहे!

शेजारच्या बाईंनी पुढं होऊन सांगितलं की तिला नॅशनल हॉस्पिटलमध्ये नेलं आहे!

मी तसाच तडक हॉस्पिटलमध्ये पोहोचलो.

ती कॉटवर पडली होती. अंगावर जागोजागी बँडेजेस् बांधली होती. जयवंत मास्तर उशाशी बसले होते.

'काय झालं हिला?' मी घाबरून विचारलं.

'तुमच्या घरासमोरच्या पार्कमध्ये गेली होती. तिथं पब्लिक मीटिंग होती, म्हणे! सगळ्या बाजूंनी घोषणाच घोषणा! कोणीतरी मंत्री तावातावानं बोलत होता. त्यातून ही स्पीकरखालीच उभी होती!

'भयंकर! घोषणा-भाषणं-शब्द अक्राळविक्राळ, स्वत:चे आकार कितीतरी पटींनी फुगवून अंगावर धावून येणारे शब्दांचे राक्षस!

'हिला काही समजेनासं झालं. वेड्यासारखी भांबावून उभी राहिली. मग बाहेर पडायला पाहू लागली–पण गर्दीमध्ये अडकून पडली. सभा सुटताना लोक सैरावैरा धावू लागले, तेव्हा त्यांच्या पायांखाली तुडवली गेली! पोलिसांनी हॉस्पिटलमध्ये पोहोचवलं.'

एवढं होऊन मला कसलीही सूचना झाली नाही? तिच्या मनानं मला कळवळून हाक मारली असेलच! मग ती माझ्यापर्यंत पोहोचली कशी नाही?

'घाबरायचं काही कारण नाही.' जयवंत मास्तर म्हणाले, 'जिवाला काही धोका

नाही, असं डॉक्टरांनी सांगितलंय.'

पण मला–मला तिच्याकडून काहीच सूचना कशी मिळाली नाही?

तिनं डोळे उघडून माझ्याकडे पाहिलं. बिछान्यातल्या बिछान्यात ती उठून बसली.

'बोल, माझ्या मनाशी काहीतरी बोल! अगं, यापुढं तू कायमची सुखात, शांतीत राहणार आहेस! उद्याच्या उद्या आपण देवरानला जाणार आहोत! शब्दांनी बरबटलेल्या या जगापासून कायमचे दूर!'

–पण नाही. तिची काहीच प्रतिक्रिया नव्हती.

माझ्या छातीत धस्स झालं. हिची माझ्या मनाशी बोलण्याची शक्ती गेली कुठं? हा भांबावलेला चेहरा, यावरचं हे वेडगळ हसू–हे आलं कुठून? आणि डोळ्यांतली ती विलक्षण चमक गेली कुठं?

'साहेब, भलती आनंदाची बातमी आहे!' जयवंत मास्तर हसतहसत म्हणाले, 'शेवटी मी जिंकलो! तिला बोलायला शिकवण्यात यशस्वी झालो. तुम्ही इथं नव्हता, तेव्हा आम्ही खूपच प्रगती केली! आता तिला बोलता यायला लागलंय.'

'काय म्हणालात?' मी किंचाळलो.

'येस– ती बोलते. आपलं नाव सांगते. म्हणजे फक्त चारच शब्द बोलते, पण ही सुरुवात आहे.'

ही सुरुवात? कशाची? विजयाची? की विध्वंसाची?

'बोल, बेटा, बोल. तुझं नाव सांग–नाव सांग...' माकडाला नाचवणाऱ्या माकडवाल्याच्या पढवलेल्या उत्साहानं जयवंत मास्तर म्हणत होते, 'नाव सांग, बेटा.'

–आणि आत्ताआत्तापर्यंत हिरव्या रानासारखी गूढ असलेली ती तेजस्वी डोळ्यांची मुलगी, आता काचेसारख्या निस्तेज पडलेल्या डोळ्यांनी इकडेतिकडे भांबावून पाहत, ओठांच्या कडेची लाळ हाताच्या उलट्या पंज्यानं पुसत, अडखळत अडखळत बोलू लागली :

'मा-झं ना-व-माझं-नाव-आहे...'

(किस्त्रीम–दिवाळी अंक १९८४)

चौथी खिडकी

टिक्‌टिक् टिक्‌टिक्.
रात्रीच्या शांततेत केवढा तरी मोठा वाटणारा आवाज!

काटे न थांबता पुढं सरकताहेत, बघता बघता.

काहीच घडत नाहीये.

सगळं स्तब्ध आहे.

फक्त वेळ मात्र भराभर पुढं जातोय.

पाच मिनिटं होतात...

सहा... सात...दहा... पंधरा...

अर्धा तास... सहाचा आकडा ओलांडून काटा पुढं चालू लागतो...

पस्तीस मिनिटं...

जीवन नुसता घड्याळाकडे पाहत बसला आहे.

त्याच्या मनात येतं...

काही घडत नसलं की कोरा वेळ कसा भराभर जाताना दिसतो!

तेच काही घडायला लागलं, म्हणजे गात्र पाच मिनिटांतसुद्धा. कितीतरी–

'साडेबारा झाले. मी निघतो आता.' तो वृंदाला म्हणतो.

वृंदा किंचित हसते. म्हणते–

'रात्रीच्या प्रहरी किती वेळ गेला, हे समजतच नाही, नाही? दिवसा कशी वेळाची जाणीव असते. रात्री ती पुसलीच जाते! साडेतीन तास झाले– एका कॉफीच्या कपावर आपण इतका वेळ गप्पा मारत बसलोय.'

'गप्पा मारतो की गप्प बसलोय?'

वृंदा हसते.

'गप्पा फक्त शब्दांतूनच माराव्यात, असे संबंध आहेत का आपले? एकमेकांसमोर निमूट बसलो, तरी आपण बोलतच असतो की. केअर फॉर वन मोअर कॉफी?'

'तुला माहीतेय, मी नाही म्हणणार नाही. पण आणखी एक कप कॉफी,

म्हणजे आणखी एक तास इथंच–'

'म्हणून तर ऑफर करतेय मी कॉफी! तू आणखी थोडा वेळ थांबावंस, म्हणून! आय ॲम प्लेनली टेम्प्टिंग यू!'

'शहाणीच आहेस! उशीर होतोय मला!'

'होऊ दे, रे!– एक वाजता घरी पोहोचलास, आणि दीड वाजता पोहोचलास, यात असा काय मोठा फरक पडणार आहे? खरं सांगू का, उशीर झालाय किंवा नाही, हे सगळं आपल्या मानण्यावर असतं. टाइम इज रिलेटिव्ह! तुला माहीतेय, आमच्या फिजिक्स डिपार्टमेंटमधला तो कुंदनलाल– त्याच्याशी बोलताना सोळाव्या मिनिटाला वाटायला लागतं का आपण फार वेळ वाया घालवतोय. तुझ्याशी बोलताना साडेतीन तास साडेतीन मिनिटांसारखे जातात, बघ! भीती वाटते की तुझ्याशी बोलायची थांबले, तर तू उठून चालायला लागशील.'

'माझी कंपनी इतकी आवडते, म्हणतेस, आणि लग्न करायला मात्र तयार होत नाहीस!'

'मी सांगितलंय माझं कारण.' कॉफीचे कप समोर ठेवून वृंदा म्हणते, 'आणखी पाच वर्ष तरी मला माझं करिअर सेटल करण्यासाठी लागतील! आणि नंतरचं कुणी पाहिलंय? फिजिक्समध्ये मी अशी खोलवर बुडून गेले, तर घराकडे काय बघणार? तुला काय सुख देणार? मी सांगते, तेच बरोबर आहे. जीवन, तू माझ्यासाठी थांबण्याचा वेडेपणा करू नकोस! मला माहीतेय, तुला घर, संसार, मुलं हे सगळं खूप आवडतं. मलाही आवडतं, नाही असं नाही. पण मला ते जमवणं कठीण जाईल! निदान आणखी पाच वर्ष! आणि माझ्यासाठी तू पाच वर्ष आपलं मन का मारावंस?'

'कारण–माझं तुझ्यावर प्रेम आहे! म्हणून मी जगाच्या अंतापर्यंत तुझ्यासाठी थांबायला तयार आहे! पण तुझं माझ्यावर प्रेम नाहीये ना?– आणि ते स्पष्ट सांगायचं धाडस तुला होत नाही!'

'वेडा आहेस तू! तुझ्यावरचं प्रेम हा माझ्या आयुष्यातला एक अपघात आहे! पण तो झालाय, हे खरंच आहे! ते नाकारण्यात अर्थ नाही. मी तुझ्यावर कायम प्रेम करीत राहीन– तू कुणाशीही लग्न केलंस, तरी. अर्थात–लांबून! मी तुझ्या संसारात प्रॉब्लेम तयार करणार नाही. तुलाही करू देणार नाही.'

'असं तुला वाटतं! पण प्रॉब्लेम काय फक्त शारीरिक संबंधांनीच तयार होतात? मनानं मी जर तुझ्यात गुंतलेलाच राहिलो, तर मला माझी बायको डोळ्यांसमोरदेखील नकोशी होईल. तुला कल्पना नाही, वृंदा– तू माझ्याशी लग्न केलं नाहीस, तर मी फार-फार दुःखी होईन! बायकोलाही दुःखी करीन! कदाचित– कदाचित मी फार काळ लग्नाच्या बंधनात राहूच शकणार नाही. मी तिला दूर करीन–कायमची!'

'हे सगळं आता वाटतंय! एकदा लग्न झालं की, तू मला हळूहळू विसरूनच जाशील, बघ! टाइम इज अ ग्रेट हीलर! काळ हे सगळ्या दुःखांवर उत्तम औषध आहे!'

तो बोलत नाही. घड्याळ टिकटिकत राहतं... काळ पुढं जात राहतो...

'वेळ... थोडा राहिलाय, जीवन...' जीवनचे आजोबा श्वास लागला असताना, कसेबसे बोलतात, 'फार थोडा वेळ मी जगेन! जेमतेम महिना, दोन महिने–'

'काहीतरी बोलू नका, अप्पा.' जीवन त्यांना शांत करीत म्हणतो– 'अजून खूप लांब आयुष्य आहे तुम्हाला.'

'माझं खोटं समाधान करू नकोस– मला ठाऊक आहे– माझा आता बिलकूल भरवसा नाही.'

हे बोलणं यापुढं कशावर जाणार, याची जीवनला कल्पना आहे. गेले चार महिने त्याच्यामागं अप्पांचा तगादा लागलाय,

लग्न कर! माझ्या डोळ्यांसमोर लग्न कर. मी दिवेकरांना शब्द दिलाय– त्यांची मुलगी चांगली आहे. तिच्याशी लग्न कर. मी मरायच्या आधी लग्न कर!

हे शक्य नाही, असं अप्पांना सांगणं फार अवघड आहे. आई-वडील लहानपणीच गमावलेल्या जीवनला अप्पांनीच आजवर वाढवलंय! सुखात, वैभवात! त्याच्या बाळपणीच्या आजारांपासून ते मोठेपणीच्या शिक्षणापर्यंत सारं त्यांनीच केलं आहे. मग त्याचं लग्न झालेलं, तो मार्गाला लागलेला पाहण्याचा त्यांना अधिकार नाही का? आणि त्यांना तरी जीवनशिवाय दुसरं कोण आहे? प्रशस्त घर–एवढी लांबरुंद वास्तू–पण अजून ती रिकामीच आहे! मुलगा-सून कधीची सोडून गेली, तेव्हापासून! आपले डोळे मिटायच्या आत ती वास्तू नांदती व्हावी, असं त्यांना वाटलं, तर त्यात त्यांची काय चूक?

– आणि जीवन स्वतः लग्नाला तयार नाही, असं थोडंच आहे? पण वृंदा– ती हटून बसली आहे! तिचं ते पदार्थविज्ञानाचं संशोधन– त्याला आयुष्य वाहून घ्यायची तयारी–त्यासाठी निदान अजून पाच वर्षं तरी– ठीक आहे– मी थांबेन पाच वर्षं! पण आता अप्पांनी अडचणीत टाकलंय! त्याचं काय करायचं?

जीवन सलाइनच्या बाटलीकडे पाहत विचार करीत राहतो–

टप् टप् – टप् टप्– एकेक थेंब टपकतोय... बाटलीतून नळीत शिरतोय ...

अप्पांच्या संपत आलेल्या आयुष्यातला एकेक क्षण कमी होतोय ...

अप्पा हॉस्पिटलमधून परत येतात, तोवर जीवन दिवेकरांच्या मुलीशी लग्न करायला, नाइलाजानंच का होईना, पण तयार झालेला असतो. किंबहुना, अप्पा म्हणतात की, तो लग्नाला तयार झाला, म्हणूनच मी बरा होऊन हॉस्पिटलमधून परतू शकलो...

जड अंत:करणानं जीवन लग्नाची निमंत्रण-पत्रिका घेऊन वृंदाकडे जातो. ती पहिल्यांदा गंभीर होते, पण पाच-दहा मिनिटांतच प्रयत्नपूर्वक गांभीर्याचं सावट काढून टाकते.

'असा रडवा चेहरा करून काय आलायस?' ती उसनं का होईना, पण हसत-हसत जीवनला विचारते, 'तू लग्न करणार आहेस– फासावर नाही चाललायस! उगाच कशाला दु:ख करायचं? आपलं प्रेम अतिशय गाढ होतं, अतिशय सुंदर होतं– सगळं खरं! पण आता ते डोक्यातनं काढून टाकायचं. नुसती छानपैकी मैत्री ठेवायची! आपण एकदा निर्णय घेतला ना, मग रडीचा डाव न खेळता तो तडीला न्यायचा!'

'निर्णय तू घेतलास–मी नाही!'

'बरं, बाबा–मी घेतला! पण या विषयात निर्णय कुणीही एकानं घेतला, तरी तो दोघांनाही बंधनकारक असतो! हे बघ, आता आपल्या प्रेमाचं फार वेळ कौतुक करीत बसायचं नाही. मी माझ्या अभ्यासात पूर्ण बुडून जायचं ठरवलंय. एकदम इमानदारीत! आता तूदेखील तुझा संसार झक्क मन लावून करायचास! नो चीटिंग! नॉट इव्हन टु युअरसेल्फ.'

जीवनचे डोळे पाणावतात.

'माझा संसार! माझा कसला संसार?' तो गहिवरून म्हणतो, 'तू पाहशील, वृंदा– माझा संसार कसा वाऱ्यावर जाईल, ते! मग तुला पश्चात्ताप होईल–आपण हट्ट केला, याचा. मी लग्न करतोय, ते अप्पांसाठी, वृंदा, संसार करण्यासाठी नाही.'

'मी आत्ता काही बोलत नाही. नंतर काळच काय ते ठरवील!' वृंदा हसत-हसत म्हणते.

काळानं सगळी योजना आगाऊच आखून ठेवलेली असते. अप्पा जसे– काही जीवनच्या लग्नासाठीच जीव धरून राहिलेले असतात. कारण लग्नानंतर दोनच दिवसांत त्यांची प्रकृती परत बिघडते. त्यांना हॉस्पिटलमध्ये ठेवावं लागतं आणि दुसऱ्याच दिवशी ते हे जग सोडून जातात– मात्र पूर्ण समाधानात! इतकी वर्ष रिकामं राहिलेलं घर, अवघ्या दोन पुरुषमाणसांच्या वावरामुळं रुखंसुखं वाटणारं घर, आता गृहिणीच्या पावलांनी वाजतंगाजतं झालं, या समाधानात!

लग्न झाल्यानंतर वृंदाला क्वचितच भेटायचं, असं जीवननं ठरवलेलं असतं, पण अप्पा गेल्याचं कळल्यावर वृंदाच स्वत:हून येऊन त्याला भेटून जाते. जाताना सांगून जाते–

'आता अप्पांच्या घराचा, बिझनेसचा तू मालक झालायस–जबाबदारीनं वागायला हवंस! बायकोसुद्धा फार गोड मिळाली आहे. तिला नीट सांभाळायला हवंस!'

जीवन काहीच बोलत नाही. मनाविरुद्ध लग्न आणि अप्पांचा मृत्यू–या दोन घटना पाठोपाठ झाल्यामुळं सध्या त्याची मन:स्थिती इतकी बिघडलेली आहे की

त्याला कुणाकडूनच–अगदी वृंदाकडूनसुद्धा काही ऐकून घ्यायचं नाही. पण तरीही, त्याच्या संतापाचा स्फोट होत नाही. कारण वृंदा तोंडदेखलं बोलत नाही, खरोखरच आपल्या संसाराची चिंता वाटल्यामुळं बोलते, हे त्याला समजतं.

अप्पांचे तेरा दिवस होईपर्यंत घरातून बाहेर पडणं कठीण असतं. त्यानंतर मात्र रोहिणी हट्ट धरते की आपण मधुचंद्रासाठी कुठंतरी बाहेरगावी जायलाच हवं. नव्या संसाराची सुरुवातच घरातल्या मृत्यूनं झाल्यामुळं ती थोडी हिरमुसलेली असते. घरातलं ते सुतकी वातावरण विसरण्यासाठी तरी थोडे दिवस घराबाहेर काढायला हवेत, असं तिचं म्हणणं! ती म्हणते, म्हणून जीवन बाहेरगावी जायला तयार होतो. मधुचंद्राच्या उत्साहानं नव्हे, आपलं एक काम आटपायचं, म्हणून!

चारच दिवसांनंतरची गोष्ट.

वृंदा लायब्ररीत बसली असताना तिची मैत्रीण सावनूर घाईघाईनं तिच्याजवळ येते–आणि तिला विचारते,

'वृंदा, तुला कळलं?'–

'कशाबद्दल?'

'तुझा तो जीवन, गं–त्याचं लग्न झालं ना आत्ताच–?'

'हो–मग?'

'तो परत आला काल मधुचंद्राहून! किती दिवसात माहीतेय? फक्त तीन! आणि आला तो एकटाच! त्याची बायको गेली, म्हणे!'

'गेली–म्हणजे?'

'म्हणजे नाहीशी झाली, असं तो म्हणतो.'

'नाहीशी झाली?' वृंदाच्या आश्चर्याला पारावार राहत नाही.

'हो. आता तूच सांग, बायको नाहीशी कशी होईल? मला तर वेगळाच संशय येतोय.'

'कसला संशय?' असं वृंदा विचारीत नाही. तिला त्याची कल्पना येते. असा संशय घेणंसुद्धा किती भयंकर! पण– पण–

तिच्या कानांत जीवनचे शब्द घुमू लागतात :

कदाचित–कदाचित मी फार काळ लग्नाच्या बंधनात राहूच शकणार नाही! मी तिला दूर करीन–कायमची! ... तुला पश्चात्ताप होईल... हट्ट केल्याचा!... मी लग्न करतोय, ते अप्पांसाठी! संसार करण्यासाठी नव्हे!

'नाही, नाही! असं कसं होईल?' छातीत धस्स होऊन ती सावनूरला विचारते, 'खरंच असं झालं?'

'खरं काय झालं, हे जीवन सोडून दुसऱ्या कुणालाच ठाऊक नाही–पण सगळे अगदी उघड–उघड बोलतात! जीवनला हे लग्न मान्यंच नव्हतं. अप्पांच्या समाधानासाठी त्यानं ते केलं आणि आता अप्पा गेल्यानंतर त्यातनं स्वतःची सुटका करून घेतली!

हिलस्टेशनवर गेला, तिथं कुठल्या तरी कड्यावरनं बायकोला ढकलली, आणि मोकळा झाला! वर इथं येऊन कसं झालं, काय झालं, हे सांगायचीसुद्धा तयारी नाही त्याची. नुसतं बायको नाहीशी झाली, म्हणतो. आता कोण याच्यावर विश्वास ठेवणार?'

किती विलक्षण! खरंच, जीवन असं काही करील? तिचा जीवन? भाबडा, हळवा, ज्याच्यावर निर्धास्तपणे विश्वास टाकावा, असा जीवन? त्याला हे लग्न नको होतं– ही बायको नको होती! पण त्यासाठी तो चक्क तिचा खून करील? पण नाही म्हणावं, तर दुसरा काय अर्थ लावायचा या प्रकाराचा? बायको नाहीशी झाली? मग तिला शोधून काढायचं सोडून हा एकटा निघून आला? का? कोण जाणे! माणसाचं अंतरंग त्याच्या जवळच्या माणसालासुद्धा समजत नाही, हेच खरं!

नाहीतर असं तर नसेल? रोहिणी स्वत:च तर त्याला सोडून गेली नसेल? जीवन तिच्याशी वाईट वागला असेल–कदाचित आपल्या प्रेमप्रकरणाविषयी बोलला असेल– त्यामुळं दुखावून, हताश होऊन तर ती निघून गेली नसेल? नाहीतर तिचं स्वत:चंच तसं काही असेल! कदाचित जीवनसारखंच तिन्हीं असहाय होऊन हे लग्न केलं असेल आणि आता तिला हे असह्य होत असेल. ती आपल्याला सोडून गेली, हे कबूल करणं कमीपणाचं वाटून जीवन ती नाहीशी झाल्याचं सांगत असेल!

तर्कवितर्क करण्यात काय अर्थ? खरं काय झालं, हे जीवनलाच विचारायला हवं. तो आपल्याशी खोटं बोलणार नाही! नक्कीच नाही!

वृंदा लायब्ररीतून तडक जीवनच्या घरी जाते.

घरातला म्हातारा गडी तिला पाहिल्यावर अदबीनं म्हणतो–

'या.'

ती व्हरांड्यातून जीवनच्या खोलीच्या दिशेनं जाऊ लागते.

गडी सांगतो :

साहेब बेडरूममध्ये आहेत...

मग हताश आवाजात, नि:श्वास टाकावा, तसं म्हणतो–

'काय झालं बघा, बाई!'

वृंदा त्याच्याकडे सांत्वनाच्या नजरेनं पाहते व बेडरूममध्ये पाऊल टाकते.

जीवन बिछान्यावर पडलेला. डोळे उघडे. नजर वर, आढ्याकडं लागलेली.

बाप रे! त्याच्याकडे पाहून वृंदाला धसकाच बसतो.

चार-सहा दिवसांत काय दशा झालीय याची! चेहरा ओढलाय– तारवटलाय! एखाद्या मोठ्या आजारातून उठावं, तसा.

'जीवन–मी आलेय!'

तो वळून पाहतो, 'बस', म्हणतो.

ती बसते.

'मला कळलं, जीवन–' ती हलकेच म्हणते.

'वृंदा, लोक समजतात, मी तिचा खून केला.' जीवन हुंदका फुटावा, तशा आवाजात म्हणतो.

वृंदाला एका परीनं हायसं वाटतं. निदान तो बोलण्याच्या अवस्थेत आहे! शिवाय त्याला लोक काय बोलतात, याची कल्पना आहे!

'हे बघ–लोक काहीही म्हणू देत. खरं काय झालं, ते सगळं नीट सांग पाहू तू मला.'

तोच दिलासा–तीच दुसऱ्याला आधार देण्याची वृत्ती! तिच्या स्वभावातल्या या गुणावर तो नेहमीच प्रेम करीत आलाय. तिच्या दोन वाक्यांनीच तो सावरल्यासारखा होतो.

'वृंदा–काय झालं, ते मलाच समजत नाहीये! सगळं भलतंच विचित्र आहे– अजिबात न पटण्यासारखं! पण प्लीज! प्लीज, वृंदा–माझ्यावर विश्वास ठेव. मी सांगतो, त्यातलं अक्षरही खोटं नाही–'

रोहिणी आणि जीवन महांकाळला येऊन पोहोचली, तेव्हा सूर्यास्त होऊन गेला होता. हवेत थंडी होती. दरीमधून वर येऊन धुकं झाडांमध्ये पसरत होतं. सगळा प्रदेश अर्धवट जागेपणी पडलेल्या एखाद्या स्वप्नासारखा धूसर आणि रम्य दिसत होता.

महांकाळ गाव छोटंसं होतं, पण अतिशय सुंदर होतं. मित्रांनी खास शिफारस केल्यामुळंच गर्दीची हिल स्टेशन्स टाळून जीवननं मधुचंद्रासाठी हे शांत, एकान्त गाव निवडलं होतं. गावात हॉटेल्स नव्हती–पण जुनी बंगलीवजा घरं रिकामी होती. त्यांतल्याच एका घराच्या चौकीदाराला जीवनच्या मित्रानं बंगला देण्यासाठी चिठ्ठी दिली होती.

चिठ्ठीवर लिहिलेला पत्ता शोधणं फारसं कठीण नव्हतं. उंच वाढलेल्या झाडांच्या रांगांमधून अलगद गेलेल्या पायवाटेनं ती दोघं बंगल्याशी येऊन पोहोचली.

बंगला काळोखात बुडाला होता. लांबवर खोली दिसत होती. ती बहुधा चौकीदाराची असावी. खोलीत एक लहानसा दिवा लुकलुकत होता.

जीवन त्या दिव्याच्या रोखानं गेला. सुदैवानं चौकीदार खोपीत होता. त्यानं चिठ्ठी वाचल्यावर चाव्या घेतल्या, टॉर्च घेतला आणि तो बंगल्याच्या दिशेनं चालू लागला.

बंगला सुबक होता. थोडी पडझड झाली होती, नाही, असं नाही. तरीही तसा व्यवस्थिशीर होता. चौकीदार तो नेहमी झाडूनपुसून लख्ख ठेवत असे. पण इथं कुणीच राहायला येत नाही, हे चौकीदाराचं दुःख होतं. बंगल्याचा मालक भूतनाथ चक्रवर्ती म्हणून कोणी उतारवयीन बंगाली होता. बंगल्यातच त्याची प्रयोगशाळा होती आणि तिच्यात त्याचे कसले-कसले प्रयोग चालायचे. एके दिवशी हा संशोधक अचानक नाहीसा झाला. चौकीदार, मालक आपल्याला न सांगता कसे गेले, या काळजीत पडला. पण त्यानं आपला तऱ्हेवाईक मालक घर तसंच उघडं

टाकून थेट मुंबईला गेला असणार, अशी स्वतःची समजूत घालीत घराला कुलूप लावलं. पंधरा। दिवसांनी जेव्हा मालकाचा मुलगा मुंबईहून आला, तेव्हा मालक तिकडेही गेले नाहीत, हे सिद्ध झालं. नंतर पोलिसांत कळवलं, वर्तमानपत्रांत जाहिराती दिल्या, पण गेल्या दोन वर्षांत मालक बेपत्ताच राहिले. त्यांचा मुलगा त्यानंतर कधीच महांकाळला आला नाही. चौकीदाराचा पगार मात्र तो न चुकता दर महिन्याला नेमानं पाठवत राहिला.

रात्री चौकीदारानंच आणून दिलेलं जेवण जेवून जीवन आणि रोहिणी बिछान्यावर पडले. मुंबई फॅशनच्या महागड्या आणि दिखाऊ हॉटेलपेक्षा या जुन्या खानदानी बंगल्यातलं वातावरण खरोखरच अधिक समाधान देणारं होतं. मात्र असल्या एकलकोंड्या ठिकाणी 'तसलं' काहीतरी असेल, अशी भीती रोहिणीला वाटत होती. पण जीवनचं म्हणणं,

तसं असेल, तर बरंच. तेवढं थ्रिल वाढेल!

चौकीदारानं तसल्या प्रकाराविषयी काही सांगितलं नव्हतं– पण मालक अचानक नाहीसे झाले, हे तर खरंच होतं!

मात्र सकाळ झाली आणि रात्रीच्या सगळ्या भयाच्या छाया पार नाहीशा झाल्या. बंगल्याभोवतीच्या झाडांमध्ये पाखरं त-हेत-हेचे आवाज काढू लागली आणि कोवळ्या किरणांमध्ये धुकं हळूहळू विरत जाऊ लागलं. त्या प्रसन्न वातावरणाची गुंगी अंगावर पांघरून दोघं काही वेळ तशीच आळसटल्यासारखी पडून राहिली. मग जीवनच्या विरोधाला न जुमानता रोहिणी उठली. म्हणाली,

'अहो, उठा. बाहेर किती छान हवा पडलीये! चला ना–आपण थोडं फिरून येऊया! झोपून काय राहिलात?'

यावर जीवननं फक्त कूस बदलली.

'बरं तर–तुम्ही एकटेच राहा झोपून. मी चालले!' असं म्हणून तिनं पांघरुणाची घडी करायला सुरुवात केली.

'ए–कुठं निघालीस?'

'घाबरू नका. बाहेर नाही जात. इथंच आहे. सगळ्या खोल्या बघते बंगल्याच्या. रात्री कुठं पाहू दिल्यात? आणि तुम्हांला पाच मिनिटांची मुदत देतेय. मी बंगला बघून येते, तोवर उठून तयार व्हायचं. मी चौकीदाराला चहा न् ब्रेकफास्ट सांगते. तेवढा घेऊन आपण फिरायला जायचं!'

असं बोलत-बोलत ती बेडरूमच्या बाहेर गेली. जीवन हट्टानं झोपूनच राहिला. त्याच्या डोळ्यांवर परत एकदा एक लहानशी पेंग येऊ लागली, एवढ्यात–

'जीवऽन!' अशी रोहिणीच्या आवाजातली किंकाळी त्याला ऐकू आली.

प्रथम त्याला वाटलं की ती किंकाळी आपण झोपेतच ऐकली. पण दुसऱ्या

क्षणी लक्षात आलं की तो भास नव्हता. किंकाळी प्रत्यक्षातच ऐकू आली.

धडकी भरल्यासारखा तो उठला आणि सगळ्या घरभर पाहून आला.

पण आश्चर्य, म्हणजे रोहिणी कुठल्याच खोलीत नव्हती.

त्यानं जोरजोरानं हाका मारल्या, पण त्याचाच आवाज घुमून परत परत ऐकू आला.

त्यानं पुन्हा सगळीकडं शोधलं. बंगल्यात-बंगल्याबाहेर-चौकीदाराच्या खोपीपर्यंत!

पण रोहिणी नाहीशीच झाली होती.

आत्ताआत्ताच त्याच्याशी बोलत बोलत बाहेर गेलेली रोहिणी एकाएकी नाहीशी झाली होती.

काय करावं, हे न सुचून जीवन व्हरांड्यात बसून राहिला–रोहिणीची वाट बघत. त्याला आशा वाटत होती–कुठल्याही क्षणी रोहिणी परत येईल आणि म्हणेल–

हात्तेच्या, एवढं घाबरायला काय झालं? इथंच तर गेले होते फुलं गोळा करायला!

पण त्याच वेळी हेही जाणवत होतं की ही आशा खोटी आहे. रोहिणीची भयग्रस्त किंकाळी आपण स्पष्ट ऐकली.

मग काय झालं असेल? ती कशाला तरी घाबरली, हे निश्चित! पण तसं काही भयंकर तिला दिसलं असेल, तर तिनं पळत सुटायला हवं होतं. भीतीनं बेशुद्ध पडली असती, तर तिचा मूर्च्छित देह दिसायला हवा होता. तो सापडला नाही, याचा अर्थ तिला कुणीतरी पळवून नेलं. पण तसं झालं म्हणावं, तर झटापटीचा आवाज यायला हवा होता. कुणी आल्या-गेल्याची चाहूल लागायला हवी होती; पण इथं कुणाच्या कसल्याही हालचालींच्या खुणा नव्हत्या. सारं अगदी शांत होतं, स्तब्ध होतं. रोहिणी मात्र नाहीशी झाली होती.

बंगल्यातल्या शांततेचाच आता जीवनला त्रास व्हायला लागला. त्याच्यावर एवढं मोठं संकट आलं होतं, आणि आजूबाजूच्या जगाला जशी काही त्याची फिकीरच नव्हती.

तास-दोन तास निष्फळ विचार करीत घालवल्यावर अखेरीस तो उठला. चौकीदाराकडे जाऊन त्यानं घडलेला प्रकार सांगितला. चौकीदारानं चार माणसांना ठिकठिकाणी शोधायला पाठवलं. जीवनबरोबर तो स्वतः जाऊन शक्य त्या ठिकाणी शोधून आला. शेवटी थकून व्हरांड्यात येऊन बसला. बोलावं की नाही, हे त्याला कळत नव्हतं, पण त्याच्या मनात येत होतं की मालकदेखील असेच नाहीसे झाले... त्यांचा पत्ता लागलाच नाही.

चार-साडेचारपर्यंत वाट पाहून जीवन आणि चौकीदार पोलिस-चौकीवर गेले. बिनकामाचं, बसून-बसून थकलेल्या फौजदारानं त्यांची तक्रार लिहून घेतली. शोध करायचं आश्वासन दिलं. वर दटावलं की,

गाव सोडताना आम्हाला कळवल्याशिवाय जायचं नाही! कसली भानगड असेल, कोण जाणे!

उरलेला सबंध दिवस आणि रात्र जीवननं रोहिणीची वाट पाहिली. विचार करकरून त्याला वेड लागायची पाळी आली होती. रोहिणी आपल्याला सोडून तर गेली नसेल? पण का? आपल्या सहवासातल्या शेवटच्या क्षणापर्यंत इतकी आनंदात असताना? आणि ती सोडून गेली, असं समजायचं, तर त्या किंकाळीचं काय?

दुसरा सबंध दिवस जीवननं हरवल्यासारखा काढला. कसला हा भयानक मधुचंद्र! बायकोनं एकदम असं पुसून टाकल्यासारखं नाहीसं व्हायचं, आणि नवऱ्यानं, आता कुठल्या तोंडानं घरी परत जावं, हा विचार आणि बायकोचं काय झालं असेल, याची चिंता या कात्रीत जिवाच्या चिंध्या करून घ्यायच्या!

आता त्या बंगल्यात आणखी एक दिवस काढणंही त्याला अशक्य वाटू लागलं. सगळा रिकामा बंगला त्याला खायला येत होता. तो पोलिस-चौकीवर गेला. शोध चालू आहे, असं त्याला सांगितलं गेलं. त्याचा मुंबईचा पत्ता घेतला गेला-वेळ पडली, तर तुम्हाला कॉन्टॅक्ट करू, असं सांगून त्याला महांकाळ सोडण्याची परवानगी दिली गेली.

'बसतो तुझा माझ्यावर विश्वास?-बसतो?' जीवन वृंदाला विचारतो. 'रोहिणी का नाहीशी झाली, कशी नाहीशी झाली-काही काही मला सांगता येत नाही. लोकांना वाटतं की मी तिचा खून केला आणि तो लपवण्याइतकंसुद्धा शहाणपण माझ्यात नाही! आज ना उद्या दिवेकर मंडळी माझ्यावर केस करतील-रोहिणीच्या खुनासाठी! होईल, ती शिक्षा मला मुकाट्यानं भोगावी लागेल! पण मी काय करू? मी काहीच सांगू शकत नाही!'

'डोन्ट पॅनिक.' वृंदा त्याच्या खांद्यावर हात ठेवत म्हणते. 'पुष्कळदा असं होतं. स्पष्टीकरण देता येत नाही-पण म्हणून माणूस खोटं बोलतो, असं नाही. विश्वास बसायला कठीण अशा कितीतरी गोष्टी खऱ्या असतात.'

'तुला खरं वाटतं? मी सांगतो, ते खरं वाटतं?'

'खोटं बोलायचं तुला कारणच काय? रोहिणीशी तू कसा वागत होतास, हे मला माहीत नाही-पण तिचा खून करण्यापर्यंत तुझी मजल जाईल, असं मला वाटत नाही! लोक काहीही म्हणोत-पण मी तुला चांगली ओळखते.'

'थँक्स, वृंदा. जे झालं, त्यानं मला इतका मोठा धक्का बसलाय की माझा स्वतःवरचाच विश्वास उडालाय. तो परत यायला तुझ्या धीराची फार गरज आहे.'

'इफ यू डोन्ट माइन्ड, आपण महांकाळला परत जाऊ या.'

'महांकाळला? नाही, वृंदा-मला परत तिथं पाऊलसुद्धा ठेववणार नाही!'

'माझ्यासाठी-फक्त मी म्हणते, म्हणून चल. मला कल्पना आहे, तुला तिथं

जाणं अवघड वाटेल, याची—पण रोहिणीला शोधायचं, तर ती जिथं हरवली, तिथंच पाहायला हवं!'

'यू मीन—तुला अजून आशा वाटते की ती सापडेल?'

'निदान आपण प्रयत्न तर करून बघू!'

'पण आम्ही सगळीकडे शोधलं, वृंदा, सगळा गाव विंचरून काढला!'

'तुम्ही पुरेसा प्रयत्न केला नाहीत, असं मला म्हणायचं नाही; पण एकदाच—मला एकदाच ती जागा बघू दे.'

या वेळेस चौकीदार बंगला उघडून घ्यायलाच तयार होत नाही.

'नको बाई, तुम्ही या जागेत पाऊल ठेवू नका! मालक गेले, त्या बाई गेल्या, आता तुम्ही जीव धोक्यात घालू नका. दुसरीकडे कुठंतरी राहा.' तो हात जोडून म्हणतो.

'मी इथं राहायला आलेली नाही, चौकीदार! मला फक्त हा बंगला बघायचाय. हवं तर तुम्हीच तो मला दाखवा.' वृंदा त्याला परोपरीनं समजावते.

अखेरीस तिच्या विनवणीला यश येतं, चौकीदार टॉर्च घेऊन त्यांच्याबरोबर निघतो. प्रत्येक खोली उघडून दाखवू लागतो.

वृंदा बारकाईनं पाहते. फार काही पाहण्यासारखं नसतंच. सामान अगदीच थोडं. प्रत्येक खोलीत रिकाम्या भिंती; पण वृंदा त्या भिंतींवरचे डागसुद्धा निरखून पाहते. जीवन तिच्याबरोबर एखाद्या यंत्रासारखा चालत राहतो. या सगळ्या उपद्व्यापातून काहीही निष्पन्न होणार नाही, याची त्याला खातरी असते; पण वृंदाच्या उत्साहावर तो पाणी ओतत नाही.

'सगळ्या खोल्या झाल्या!' चौकीदार म्हणतो.

'या बाजूची ही खोली कुठं पाहिलीय आपण?'

'तिच्यात काय बघायचं? तिथं कुणी राहत नाही. मालक फक्त प्रयोग करीत बसायचे तिथं चोवीस तास.'

'तरीसुद्धा आपण ती बघायलाच हवी!' वृंदाच्या ठाम सांगण्यापुढं चौकीदाराचा नाइलाज होतो.

ही प्रयोगशाळा, म्हटली, तर घरापासून स्वतंत्र आहे. बंगल्यातल्या इतर खोल्यांना ती एका पॅसेजनं जोडली गेली आहे.

चार दिशांच्या चार भिंतींपैकी प्रत्येकीत एकेक मोठी खिडकी आहे. तीन खिडक्या बंद आहेत. चौथ्या, बंगल्याच्या मागच्या बाजूच्या, खिडकीची लाकडी तावदानं मात्र सताड उघडी आहेत. खिडकीला गज नाहीत.

इतर खोल्यांसारखी प्रयोगशाळा स्वच्छ ठेवलेली नाही. खोलीत भरपूर केरकचरा—वस्तूंवर धुळीची पुटं चढलेली.

'ही खोली कधी साफ नाही करीत?'

'नाही, बाई.' ओशाळवाणं हसत चौकीदार म्हणतो, 'आपल्याला या खोलीची भीती वाटते. वाटतं, मालक दिसतील एकदम. आपण पाऊलच ठेवत नाही खोलीत.'

वृंदा आणि जीवन सगळ्या भिंती पाहत-पाहत चालताहेत. ती दोघं उघड्या खिडकीशी येतात आणि एकदम वृंदा ओरडते–

'जीऽवऽन!' आणि त्याला गच्च मिठी मारते.

तिच्या ओरडण्याचं कारण जीवनच्या लगेच लक्षात येतं. ती खिडकीच्या दिशेनं जोरानं ओढली जातेय. जीवन तिला गच्च धरून पाठीमागे खेचू लागतो–त्याच्या लक्षात येतं की आपणही खिडकीकडे ओढले जातोय.

ती दोघं खिडकीच्या दिशेनं फरपटत जाताहेत, हे चौकीदाराला समजतं. तो विलक्षण भेदरलेला, तरीही प्रसंग ओळखून सगळा जोर लावतो, आणि त्या दोघांनाही मागं ओढू लागतो. महत्प्रयासानं ती तिघं खिडकीपासून दूर होतात.

धापा टाकीत तिघंही जमिनीवर धुळीतच बसतात.

'काय असेल हे?' जीवन कसाबसा उद्गारतो.

'भुताटकी आहे, साहेब, भुताटकी!' चौकीदार म्हणतो, 'या भुताटकीनंच तुमच्या बाईला ओढून नेलं.'

जीवनचे डोळे विस्फारतात.

'तुला असंच वाटतं, वृंदा–की या खिडकीनंच रोहिणीला...'

वृंदा नुसती होकारार्थी मान डोलावते.

'पण मग–मला का नाही?'

'तू त्या खिडकीच्या जवळ गेलासच नाहीस–सुदैवानं! रोहिणीला शोधताना देखील तू फक्त दारातूनच खोलीत नजर टाकलीस! खिडकीपर्यंत पोहोचला नाहीस. या बंगल्यात कुणी येत नाही आणि मालकांच्या भुताच्या भीतीनं चौकीदार ती साफसुद्धा करीत नाही. म्हणून मालकांनंतर त्या खिडकीचा दुसरा बळी रोहिणीच होती.'

वृंदा उठते. कोपऱ्यात उभी करून ठेवलेली एक लांब पाच फुटी लाकडी पट्टी घेऊन पुन्हा खिडकीच्या दिशेनं जाऊ लागते.

'बाई, तिकडं नका जाऊ... मी तुमच्या पाया पडतो. आपण या खोलीतनं बाहेर पडू या. नाहीतर ती भुताटकी–'

'नाही, चौकीदार–आपण ती भुताटकी बंद करायला हवी. नाहीतर ती आणखी कुणाकुणाचे बळी घेईल.'

खिडकीपासून पाच फुटांवर वृंदा थांबते. जीवननं आणि चौकीदारानं तिला आणि एकमेकांना गच्च धरून ठेवलंय.

हातातल्या पट्टीनं वृंदा खिडकी बंद करून घेते. कडी लावणं अशक्यच असतं. वृंदा ती पट्टी जीवनच्या हातात देते.

'ही खिडकीच्या दारावर धरून उभा राहा. दार अजिबात उघडू देऊ नकोस.' ती सांगते.

जीवन पाच फुटांवर पट्टी धरून उभा. एवढ्या अंतरावरून सुद्धा त्याला ओढ लागल्यामुळं एका जागी उभं राहणं कठीण होतं. शरीर थरथरतंय, झोक जातो, तरी खिडकी बंद असल्यामुळं धोका बराच कमी झालाय.

'वृंदा, भुताटकीवर आपला इतके दिवस विश्वास नव्हता! तू तर सायन्सची रिसर्च स्कॉलर! मग आता काय म्हणशील तू, हे घडतंय, त्याला?'

'ही खिडकी जोरानं खेचतेय, हे मान्य! पण ती भुताटकी नाही. दुसरा कुठला तरी फोर्स आहे! एक निराळीच शक्ती आहे.'

'निवळ निराळी शक्ती असती, तर या खिडकीनं खेचलेली माणसं बाहेर जाऊन पडायला हवी होती. पण मालक, रोहिणी – त्यांची शरीरंच सापडली नाहीत. म्हणजे खिडकीनं त्यांना गिळूनच टाकलं. हे कुठल्या विज्ञानात बसतं?'

वृंदा गडबडून गेलेली. विचारात बुडालेली. मनाशी काही हिशेब जुळवता-जुळवताच ती काहीतरी शोधते आहे. तिला ते सापडतं–चौथ्या खिडकीच्या भिंतीत. इलेक्ट्रिकचं मीटर असतं, त्या आकाराचं मीटर. त्यावर लिहिलेलं : टाइम मीटर. त्या अक्षरांखाली घड्याळाची असते, तशी एक तबकडी. त्या तबकडीवर एकपासून सहा हजारापर्यंत आकडे काढलेले–एका मिनिटाला शंभर अशा प्रमाणात. काटा मात्र एकच. तीन हजारावर थांबलेला.

वृंदा तो काटा हातानं फिरवते आणि एकावर आणते.

–आणि जीवनची थरथर एकदम थांबते.

'वृंदा, खिडकी मला खेचायची थांबली.' तो ओरडतो.

'खिडकीबाहेर खेचणारी शक्ती कुठली होती, माहीतेय, जीवन? काळाची. भूतनाथ चक्रवर्ती फार मोठे शा॰स्त्रज्ञ असले पाहिजेत. त्यांचे काळावर प्रयोग चालले होते. काळाची गती वाढवता येईल का– एका विशिष्ट भागापुरती, हे ते शोधत असणार!'

'काळाची गती वाढवायची? कशासाठी?'

'फायदे म्हटले, तर अनेक आहेत. हे बघ, धान्य उगवायला दिवसच्या दिवस लागतात. समजा, तात्पुरती एका दिवसाची गती तीन महिन्यांएवढी केली, म्हणजे... एका मिनिटाची गती नव्वद पट केली, तर दिवसभरात पुरतं पीक काढता येईल...'

'पण हे कसं शक्य आहे? त्यामुळं सगळ्याच गोष्टींची गती वाढून गोंधळ नाही का होणार?'

'म्हणूनच विशिष्ट ऑर्बिट निवडायचा. या मीटरनं दाखवलेला फोर्स तेवढा भाग चार्ज करील आणि त्या भागातल्या वस्तूवरच या वेळाचा परिणाम होईल. शेवटी, वेळ म्हणजे काय? चौथी मिती! लांबी, रुंदी, खोली यांच्यासारखीच त्या वस्तूशी

संबंधित! अर्थात त्या ऑर्बिटमध्ये वस्तू ठेवताना खूपच काळजी घ्यायला हवी. नाहीतर भूतनाथांना स्वत:चाच अपघात झाला, तसं व्हायचं.'

'पण भूतनाथ, रोहिणी नाहीशी झाली, ती गेली कुठं?'

'कुठंच नाहीत. ती तिथंच आहेत. पण काळाच्या प्रचंड गतीमुळं ती वातावरणात मिसळली, म्हणून दिसेनाशी झालीत! चक्र वेगानं फिरवलं की सात रंगांचा वेगवेगळेपणा पांढऱ्या रंगात नाहीसा होतो, तशी. कल्पना कर–मघा काटा तीन हजारवर होता. खिडकीबाहेरच्या छोट्या भागाची कालगती तीन हजारपट वाढली होती. प्रत्येक क्षण तीन हजार क्षणांचा झाला होता. वातावरणाची सगळी हालचाल तीन हजार पटींनी वाढली होती–त्यातून प्रचंड शक्ती तयार झाली होती. आपल्याला ओढत होती; पण आता मी काटा एकवर ठेवलाय! नेहमीच्या काळाशी प्रमाण : एकास एक! म्हणजे नॉर्मल! म्हणून गती जाणवण्यासारखी नाही! आता खिडकी उघडायला हरकत नाही.'

जीवन खिडकी उघडतो. बाहेर सगळं शांत असतं. तो चौकीदाराच्या हातातला टॉर्च घेतो आणि बाहेर फिरवतो.

टॉर्चच्या प्रकाशात त्याला जे दिसतं, त्यानं तो भयंकर दचकतो.

एक अस्थिपंजर म्हातारी खिडकीखाली बसलेली असते. पिकलेल्या केसांच्या जटा झालेल्या, अंगावरच्या कपड्यांच्या फाटून चिंध्या झालेल्या.

'ओ, नो!' तोंड हातानं झाकून जीवन रडू लागतो.

वृंदा नुसतीच त्याच्या केसांवरून हात फिरवून त्याचं सांत्वन करू लागते.

गेल्या पाच दिवसांत तिचं वय पाच दिवसांच्या तीन हजार पट– म्हणजे साधारण पन्नास वर्षांनी वाढलं असणार! वृंदाच्या मनात येतं. तिघंही खिडकीतून खाली उतरतात. त्या जराजर्जर रोहिणीचं भान पुरतं गेलेलं आहे. तिच्यात बसण्याचंही त्राण नाही. ती तिथंच जमिनीवर अंग टाकते. भोवती पसरलेल्या हाडांच्या तुकड्यांमध्येच.

'चौकीदार! या तुझ्या मालकांच्या अस्थी गोळा कर आणि नदीत सोडून दे. पण सांभाळून उचल. भलती ठिसूळ झाली आहेत ती हाडं. सहा हजार वर्षांपूर्वीची आहेत ना!'

रोहिणीला अग्नी देऊन जीवन परततो. त्याच्या घराच्या पायऱ्यांवर वृंदा उभी असते.

'मी माझा हट्ट मागं घेतलाय, जीवन!' ती म्हणते, 'माझ्याशी लग्न करण्यासाठी तुला पाच वर्ष थांबावं लागणार नाही. मला समजलंय– पाच वर्ष हा फार मोठा काळ आहे आणि काळ ही एक फार मोठी शक्ती आहे.'

जीवन तिचा हात हातात घेतो. दोघं नि:शब्दपणे जिना चढू लागतात.

(किस्त्रीम–दिवाळी अंक १९८५)

रूममेट

मी दुर्गा रेगे.

शेवटी तुम्ही मला शोधून काढलंतच, इन्स्पेक्टर.

अर्थात, मला शोधणं फारसं कठीण नव्हतंच. आज ना उद्या मी तुम्हाला आपणहून येऊन भेटणार होते. कारण तुम्हाला माझी गरज होती ना, त्याहीपेक्षा, तसं पाहिलं, तर मला तुमची गरज होती.

का, ते तुम्हालाही ठाऊक आहे. मला संरक्षण हवं होतं, इन्स्पेक्टर, गोदीपासून.

आता कळलंच असेल तुम्हांला, मी इतके दिवस का लपून होते, ते. मला अतिशय भीती वाटत होती, इन्स्पेक्टर. ती गोदी कधी काय करील, याचा नेमच नव्हता ना!

आता तुम्ही त्या गोदीलाच अॅरेस्ट केलंय, म्हटल्यानंतर मग मला धास्ती उरली नाही. किंबहुना मला खूपच हायसं वाटायला लागलंय. तसं पाहिलं, तर आता तिचं कठीणच आहे, म्हणून मला दु:खी होतंय, कारण काही झालं, तरी आम्ही जिवाभावाच्या मैत्रिणी! पण निदान आता मी सुरक्षित तरी आहे, याचं समाधान वाटतंय. खरंच, इन्स्पेक्टर, गोदी इतकी भयंकर गुलगी असेल, असं मला कधीच वाटलं नव्हतं; पण ते सारं घडताना मी प्रत्यक्ष पाहिल्यानंतर आता मला शंकाच राहिली नाही, तिच्याविषयी. उलट, वाटायला लागली, ती विलक्षण काळजी-स्वत:विषयी. ते घडताना पाहिलेली मी एकटीच साक्षीदार होते. तुम्ही गोदीला अॅरेस्ट करण्याआधी मी जर तुम्हांला भेटले असते किंवा तुम्ही मला येऊन भेटला असता, तर मी सारंच खरंखुरं तुम्हाला सांगून टाकलं असतं. मग गोदीची काही धडगत नव्हती. त्यासाठी, मी तुम्हाला भेटण्याआधीच ती मला नाहीसं करून टाकण्याची शक्यता होती! आणि मला नाहीसं करायला तिला तेवढंच कारण हवं होतं, असंही नाही. तिनं कधीच तसं बोलून दाखवलं नाही; पण मला तिच्या वागण्यातून समजायचं की कधी ना कधीतरी ती मला नाहीसं करायला टपलेली आहे. मी अतिशयोक्ती करतेय, असं वाटतं तुम्हांला? नाही, इन्स्पेक्टर–मला

तिच्यापासून जिवाचा धोका होता, यात कणभरही शंका नाही. ती, मनाला वाटेल, ते करू शकेल, इतकी भयंकर आहे, हे तर आता सिद्धच झालंय; पण माझ्याविषयी तिला विलक्षण द्वेष होता. तिचं माझ्यावर जितकं प्रेम होतं, तितकाच प्रखर द्वेष! या द्वेषापोटी तिनं माझं काहीही केलं असतं... म्हणून मी पळाले, इन्स्पेक्टर, तिच्यापासून दूर. शक्य तेवढी दूर. तिच्यापासून, इन्स्पेक्टर, तुमच्यापासून नव्हे.

तिची मला काय काय माहिती आहे?

काय हा तुमचा प्रश्न! तिची, खरं म्हणजे, मला काय माहिती नाही, असंच विचारायला हवं. शाळेपासून आम्ही बरोबर आहोत. मी न् गोदू गोरे. तेव्हा मी दिसायला चांगली होते आणि बोलायला, वागायला चुणचुणीत होते. गोदू तेव्हाही दीनवाणी दिसायची आणि बावळटासारखी वागायची. आमच्या दोघींच्यात इतकी तफावत असूनदेखील, कशी, कोण जाणे, आमची गाढ मैत्री होती. गोदूला कसलीही अडचण आली की ती धावत माझ्याकडे यायची. तिच्या नेहमीच्या पद्धतीनं, अगदी आकाश कोसळलंय, असं दाखवून, पराकाष्ठेची रडवेली होऊन, ती ते सांगायची. मग मी माझ्या पद्धतीनं, सगळं काही सोपं असल्यासारखं, अगदी सहज एखादा मार्ग तिला हसत हसत सांगायचे. सुटल्यासारखं वाटून गोदू जायची, पण जाताजाता ती टोमणे मारायचीच :

तुझं काय बाई– तुला दुर्गे, सगळं कसं पटकन सुचतं! सुपीक आह हो, तुझं डोकं! नाहीतर मी–ढढ्ढंबाई!

असं म्हणण्यात काही नुसतंच कवतिक नसायचं! माझा हेवादेखील असायचा!

वर्ष उलटली, तरी आमचे संबंध तसेच राहिले. गोदीची मेल कशीबशी एकदा इंटरपर्यंत रखडत, रखडत जाऊन कायमची थांबली. वयानं वाढत गेली, तशी गोदी अधिकच वाईट दिसायला लागली. बेताचा रंग, चेहरा हडकलेला, त्यातून चेटकीसारखं बाहेर आलेलं नाक, रुंद जिवणी, डोळ्यांवर चष्मा, उंच कपाळ आणि फाटलेला भांग! हडकुळी तर इतकी होती की पातळ नुसतं कार्डबोर्डला गुंडाळलंय, असं वाटायचं. बांगड्या कोपरांपर्यंत सरकायच्या. कोपरंही अगदी टोचतीलशी टोकेरी. याच्या जोडीला पाय फराफरा ओढीत चालणं.

मग गोदी माझा हेवा न करील, तर काय? सारखी म्हणायची,

दुर्गे, तू किती गं सुरेख दिसतेस! किती गोरीपान आहेस तू! कपडे खुलतात, हो, तुझ्या शरीरावर! आणि किती मऊ मऊ अंग तुझं! एखाद्या फुलाच्या पाकळीसारखं!

आता असेन मी देखणी, पण अशी नेहमी नेहमी माझ्या रूपाची तारीफ कशाला हवी, हो, करायला? मला काय त्या बोलण्यातला मत्सर जाणवल्याशिवाय राहणारेय?

नोकरी मिळविण्यासाठी गोदीनं कमी धडपड नाही केली! इकडे विचार, तिकडे

शब्द टाक, इकडे अर्ज कर, तिकडे फॉर्म भर, असं तिचं सारखं चालायचं! पण सतत चाळीस टक्के मार्क मिळवून जेमतेम इंटरपर्यंत गेलेल्या मुलीला लगेच मिळायला, नोकऱ्या काय वाटेवर पडल्या आहेत? त्यातनं गोदीचं नशीब तिच्याहीपेक्षा सावकाश, पाय ओढीत फराफरा चालणारं; तिथं तिला थोडीच झपकन् मिळाणारेय? शेवटी, मिळाली म्हणा, कुठल्या तरी प्रायव्हेट कंपनीत महिना साडेतीनशे टिकल्यांची नोकरी! गावी आईला शंभर रुपये पाठवून गोदी अडीचशे रुपयांत घर चालवायला लागली. घर कसलं ते! एकटीचं घर! चाळीतली एक खोली! आता अडीचशे रुपयांत तिचं अगदीच भागायचं नाही, असं नाही. आधी खर्चच कुठे काय होते? गोदी साधी सुताडी नेसायची; वरणभात, पालेभाजी खायची आणि अगदी तोंडाला पावडर लावणं म्हणजे सुद्धा चैन समजायची! पण खर्च आटोक्यातला, आणि पैशाची बचत होतेय, असं आहे, तर हिनं मजेत राहावं की नाही? पण हिच्या चेहऱ्यावरचा दीनवाणा भाव जाईल, तर ना? उलट, वय वाढत चाललं, तशी अधिकाधिक खप्पड आणि खत्रूड वाटायला लागली!

मी गोदीला फार जवळून ओळखायला लागले होते, कारण चाळीतल्या खोलीत मीच तिची रूममेट होते! तिला, म्हणे, एकटीला राहायला भीती वाटायची! आता तिचं रूप असं–कोण डोळा वर उचलून पाहणार होतं तिच्याकडे? पुरुषांपासून घाबरायची तिला गरजच काय होती? पण उगाच म्हणायची– तू येऊन राहा माझ्याकडे. मला सोबत होईल! माझं काय, मी गेले तिच्याबरोबर राहायला. दिवसभर गोदी तिच्या त्या काड्यापेटीएवढ्या ऑफिसात काम करायची! आली की, आम्ही एकत्र चहा घ्यायचो. कधी फिरायला जायचो. रात्री झोपेपर्यंत गप्पा मारायचो. मला गाण्यांची आवड–मी माझ्याबरोबर रेकॉर्ड-प्लेअर नेलेला होता. त्यावर मी गाणी लावायचे. अगदी सिनेमांतल्या उडत्या पंजाबी गाण्यांपासून ते खां-साहेबांच्या मैफिलीपर्यंत. माझा स्वभाव कसा आहे सांगू, इन्स्पेक्टर, मला प्रत्येक गोष्टीतून आनंद घेता येतो! म्हणजे उडत्या गाण्यांबरोबरच मी ताल धरायला लागते आणि माझं मनदेखील फुलपाखरासारखं हवेत गिरक्या घालायला लागतं. याउलट, रागदारी ऐकताना माझी समाधी लागते आणि मनाला इतकं शांत शांत वाटतं...! पण गोदीचं तसं नाही, ती आपली गाणं ऐकायचं, म्हणून ऐकते. हे बघ, किती छान आहे, असं मी म्हटलं, तर तेवढ्यापुरतं लक्ष दिल्यासारखं करते. मान हलवते, तीसुद्धा चुकीच्या ठिकाणी आणि ताल सोडून. कुठून हिला गाणं ऐकायची सक्तमजुरी दिली, असं आपल्याला होऊन जातं. तिला ती शिक्षाच वाटत असणार. कारण मी गाणी लावली, न लावली, एवढ्यात तिचं, पुरे गं तुझ्या रेकॉर्डी! आपण आता गप्पा मारू, असं सुरू व्हायचं. मी आपली तिचं मन राखण्याकरिता, प्लेअर बंद करायची. पण हिच्या गप्पा म्हणजे काय, तर याच्या तक्रारी न् त्याच्या कागाळ्या आणि

शिवाय माझी तारीफ. 'तुझं, बाई, बरं आहे–तुला गाण्यातलं कळतं,' असं न् तसं. मला तिच्या गप्पांचा अगदी कंटाळा यायचा. नाही, असं नाही. पण काय करणार? आधीच बिचारीला दैवानं नाडलंय. आपल्याशी बोलण्यानं तिला मिळत असेल थोडा विरंगुळा, तर मिळू दे. आपण तेवढं सहन करायचं. हे बघा, इन्स्पेक्टर, आमच्याकडे सगळं आहे, अशा स्थितीत एखादा गरीब भिकारी आपल्यासमोर उभा असला, तर त्याला तोडून घालवून देणं म्हणजे तो निर्दयपणा नाही का होत? माझ्या-तिच्यात हे असं विचित्र, गूढ नातं होतं, बघा. तिच्यात नव्हतं, ते तिला माझ्यात बघावंसं वाटायचं, तिच्या जगावेगळ्या गरजेनंच निर्माण झालेलं. ती जराशी सुंदर असती, बुद्धिमान असती, श्रीमंत असती किंवा निदान तिला चार नातेवाईक जरी असते, तरी मला, आपण तिचं काही देणं लागतो, असं वाटलं नसतं. मग आमच्यातला तो रहस्यमय धागा कधीच तुटून गेला असता... मी तिच्या रूमवर राहायला कधीच गेले नसते...

पण तो धागा तुटायची वेळ आली, ती हेमूमुळं.

हेमू किंवा हेमचंद्र उघडच माझ्या प्रेमात पडला होता. हेमूला सगळ्या सुंदर गोष्टी आवडायच्या. मी कधी हेमूला फार जवळ येऊ दिलं नव्हतं; पण माझ्या कदाचित दूर दूर राहण्यामुळंच हेमूचं माझ्याविषयीचं आकर्षण अधिक वाढलं असावं.

पण एका रात्री गप्पा मारता मारता गोदू मला एकदम म्हणते कशी?

तुला तो हेमू माहीतेय ना, गं?

कुठला? मी फारशी उत्सुकता न दाखवता विचारलं.

तो, गं, ते नाडकर्णी आहेत ना कलेक्टर, त्यांचा मुलगा. आम्ही जळगावला होतो ना, तेव्हापासून ओळखते मी त्याला. तेव्हा शाळेत होता तो. दादा तेव्हा नाडकर्णींच्या बंगल्यावर कारकून होते. त्यांच्याबरोबर जायचे मी कधी कधी. तेव्हासुद्धा इतका छान दिसायचा तो आणि शाळेत नेहमी पहिला नंबर असायचा त्याचा. मी तेव्हाच ठरवून टाकलं होतं की लग्न करायचं, तर याच्याशीच.

काय?– मी चमकून विचारलं.

हो नं. तेव्हापासनं मी त्याची स्वप्नं बघायची, खरंच सांगते. मी त्याच्या श्रीमंतीला भुलले, असं नाही. मला काही कलेक्टराची सून व्हायचं नव्हतं. मला आवडला होता तो; पण मधल्या काळात त्याच्या वडिलांच्या कुठं कुठं बदल्या झाल्या न् तो कुठं हरवल्यासारखाच झाला. त्याच्या आठवणीनं मी इतकी झुरत होते, बघ! आणि आता तो परमेश्वरानं पाठवल्यासारखा इथंच आलाय, – नक्की, आम्ही परत एकत्र यावं, असं देवाच्या मनात आहे. त्याशिवाय का तो काल मला अचानक भेटला?

सांगता सांगता गोदी इतकी उत्तेजित झाली की तिच्या उजव्या कानाची पाळी

थरथरायला लागली. ही गोदीची खास सवय होती. ती कधीही खास उत्तेजित झाली की तिच्या उजव्या कानाची पाळी थरथरायला लागायची. एखाद्या प्राण्याच्या कानासारखी. एरवी मला या गोष्टीची गंमत वाटायची; पण आज गोदी जे सांगत होती, ते, ही सगळी गंमत विसरायला लावणारं होतं.

कधी भेटला तो तुला? काल?

हो नं. मी आपली माझ्याच विचारांच्या तंद्रीत रस्त्यानं चालले होते. एकदम गाडीचा ब्रेक वाजला न् भानावर आले. गाडी वेळेत थांबली नसती, तर मी मरणारच होते. एवढ्या मोठ्यानं गाडीचा आवाज झाला की लगेच लोक भोवती जमा झाले. रस्त्यातून बेसावधपणे चालल्याबद्दल लगेच मला नावं ठेवायला लागले. मला इतकं मेल्याहून मेल्यासारखं झालं की मी एक पाऊलही न उचलता जागच्या जागी खजीलपणे उभी राहिले. पण कारचा मालक खाली उतरला, न् मला म्हणाला– कोण? गोदीच ना तू? गोऱ्यांची? मी वर पाहिलं, तर हेमू! इतका देखणा नि प्रसन्न दिसत होता! न् मुख्य म्हणजे मला त्या सगळ्या लोकांच्या नजरांपासून त्यानं सोडवलं. म्हणाला, गाडीत बस. मी तुला सोडतो. लोक बघतच राहिले. मला इतकं हायसं वाटलं. घरापर्यंत आणून सोडलं त्यानं मला. मी म्हटलं, वर चला, तर म्हणाला, घाईत आहे. मी खूपच आग्रह धरला, म्हणून त्यानं उद्या यायचं कबूल केलंय.

उद्या? मी दचकले. हेमूनं उद्याच मला भेटायचं आश्वासन दिलं होतं.

हो. उद्या संध्याकाळी येणारंय तो इथं.

मला हेमूच्या धूर्तपणाचं कौतुक करावंसं वाटलं. मला भेटायला तो उद्या येणारच होता. पण माझ्याकडे येऊन तो गोदीला मात्र असं भासवणार होता की तिला भेटायला तो मुद्दाम येणारंय! म्हणा, यात त्याचं काय चुकलं? तेवढ्यानं बापडीला समाधान वाटणार असेल,– तर!

कितीतरी वेळ ती खुळावल्यासारखी हेमूविषयीच बोलत राहिली. तेवढ्यावरच हे थांबतं, तर हरकत नव्हती. वर आणखी चष्मा सावरत म्हणाली,

माझं एक काम करशील, दुर्गे, तू?

मी विचारलं,

काय?

तू हेमूला सांग माझ्याविषयी. विचार, तुम्ही गोदीशी लग्न कराल का?

मला आकाश कोसळल्यासारखं झालं. एक तर कुणाला असला प्रश्नच विचारणं चमत्कारिक! त्यातनं मी काय कोणी पोक्त बाई आहे का की लोकांची लग्नं जुळवून देऊ? बरं, जुळवून जुळवायचं कोणाचं लग्न, तर हेमूसारख्या देखण्या, श्रीमंत माणसाचं गोदीशी! गोदीचं रूपरंग लक्षात घेता तिला एखादा वयावरचा, फारसा कुरूप नाही, असा कारकून मिळाला असता, तरी पुष्कळ होतं. उगाचच

हेमूकडे शब्द टाकून आपलं हसं कशाला करून घ्यायचं?

सांग ना–सांगशील का तू हेमूला?

पण एकदम माझं मलाच वाटायला लागलं, काय हरकत आहे विचारायला, ती एवढी म्हणते तर? बापडीनं आयुष्यभर त्याचा ध्यास घेतलाय! मग आपल्याला नुसतं तिचं म्हणणं त्याच्या कानांवर घालायला काय हरकत आहे? फार तर काय, तो नाही म्हणेल. म्हणेल नव्हे, नक्कीच म्हणणार! पण मग आपणच आधी, नाही, म्हणून अवलक्षण कशाला करा?

–असं तर नाही की आज ना उद्या हेमू आपल्याला लग्नाचं विचारेल, अशी खातरी असल्यामुळं, आपण त्याला गोदीविषयी विचारायला कचरतो...?

प्लीज, दुर्गे–एवढं काम करच माझं. मी तुझे उपकार जन्मात विसरायची नाही. आजवर मी तुला एवढी जवळची समजत आले... तुझ्याशिवाय मला दुसरं कुणी नाही, गं दुर्गे–

कितीतरी वेळ ती अशीच दीनवाणेपणानं गयावया करत राहिली. मी जेव्हा त्याला विचारायचं वचन दिलं, तेव्हाच ती बोलायची थांबली...

पण हेमूची प्रतिक्रिया फारच विचित्र होती...

दुसऱ्या दिवशी तो कबूल केल्याप्रमाणे घरी आला. चांगल्या उत्साही मूडमध्ये. खूप मागच्या-मागच्या गमतीदार गोष्टी सांगून तो आम्हाला हसवत राहिला. मग गोदू चहा आणायला आत गेली, असं पाहून मी हळूच त्याच्याजवळ तो विषय काढला.

किती वर्षं असा लग्नाशिवाय राहणारेयस, हेमू?

बघू या. करू कधीतरी. घाई काय आहे?

पुष्कळ मुली येत असतील सांगून–

येतात; पण मला नाही आवडत अशी जुळवलेली लग्नं. पाहणं–दाखवणं– सगळं एखाद्या बाजारासारखं वाटतं.

मग? तू प्रेमात पडलास, तरच–

हॅं–मी खूप प्रेमात पडेन; पण माझ्यावर कोण प्रेम करणारेय?

आहे अशी एक मुलगी हेमू. कधीपासून ती तुझ्यावर–

माझ्याकडे निरखून बघत हेमूनं विचारलं–

कोण, बुवा, अशी मुलगी?

मी आत नजर टाकली.

गोदी. अरे, ती तुझ्यावर लहानपणापासून प्रेम करते...

गोदी? हेमू ताडकन उठून उभा राहिला. त्याच्या कपाळावर मधोमध आठी पडली.

हो. तिच्याशी लग्न करशील का तू?

मला गोदी दिसत नव्हती; पण दाराआड ती उभी असल्याची चाहूल लागत होती...

गोदी? असं विचारून हेमू जो मोठमोठ्यानं हसत सुटला, तो कितीतरी वेळ थांबेचना. मग चहाचे कप घेऊन गोदी आली, तिच्याकडे बघून हात नाचवीत तो म्हणाला–

हिच्याशी? तू मला हिच्याशी लग्न करायला सांगतेस?

होय, हेमू. तिच्याच सांगण्यावरून मी विचारतेय. तिच्या फार मनात आहे– तुझ्याशी लग्न करायचं!

मी? हिच्याशी लग्न करू? जगातल्या सगळ्या मुली मेल्या, तरी मी हिच्याशी लग्न करणार नाही–तो एकदम चिडून अद्वातद्वा बोलायला लागला. माझ्याशी लग्न करायचंय हिला? तोंड पाहिलंय का हिनं कधी आरशात? यासाठी मला इथं बोलावलं? जाळ्यात अडकवण्यासाठी? बाळपणाची मैत्री स्मरून मी आलो; पण लग्न? हॅं? मला समजली काय ही गोदी? बकरा? एकदा चूक केली, ती केली, पुन्हा या खोलीत पाऊल टाकीन, तर शपथ... असं म्हणून तो एकदम जायला वळला.

गोदीनं हातातला ट्रे तसाच्या तसा खाली सोडून दिला. कप खळकन फुटले आणि सगळीकडे चहा उडाला. तिनं धावत जाऊन हेमूला मिठी मारली.

असं नको करूस, हेमू, ती रडत रडत त्याला धरून ठेवण्यासाठी लोंबकळू लागली. तू मला हवास, हेमू. मला सोडून जाऊ नकोस, रे. तुझ्याशिवाय मी जगू शकणार नाही!

नाटकं नको करू! त्यानं दोन्ही हातांचा जोर लावून कमरेभोवतालचे तिचे हात सोडवले. तशी ती तोल न सावरून खाली पडली. वेड्यासारखी मोठ्यानं टाहो फोडून रडू लागली.

डांबिस! मला धरून ठेवते. शरम नाही वाटत? धाडस कसं झालं तुला, मला असलं काही भलतंसलतं विचारायचं?

हेमू नुसता रागानं फणफणत होता. गोदीसारख्या फाटक्या पोरीशी आपण लग्न करावं, ही नुसती कल्पनादेखील त्याला असह्य होत होती. भयंकर अपमानास्पद वाटत होती.

संतापाच्या तिरिमिरीतच तो खोलीबाहेर पडला. गोदी उठून कशीबशी झिडफिडत हेमू-हेमू करीत त्याच्या मागे धावत गेली; पण एव्हाना तो जिना उतरूनसुद्धा गेला होता.

ती त्याच्या पाठोपाठ गेली असती आणि रस्त्यात त्याला गाठूनही तिनं स्वतःची शोभा करून घेतली असती; पण मी तिला वेळीच अडवलं.

गोदे, शुद्धीवर ये. काय चालवलायस हा तमाशा? मी विचारलं.

मला झिडकारलं साल्यानं–गोदी, तोंडाला येईल ते बोलू लागली. मी त्याला जिवंत ठेवणार नाही. ठार मारीन. मी त्याचा सूड घेईन. सूड घेईन मला नाकारलं, त्याचा!

संतापानं तिचं सबंध शरीर गदगदा हलत होतं. उजव्या कानाची पाळी धाडधाड उडत होती. मी तिला गच्च धरून ठेवलं होतं; पण ती माझ्याकडून सुटण्याची धडपड करीत होती.

सोड मला. मला जाऊ दे. जाऊ दे मला. आत्ताच्या आत्ता जाते नि जीव घेते त्याचा!

गोदीचा तिरसटपणा, विक्षिप्तपणा मला माहीत होता. पण तो या थराला जाईल, असं कधीच वाटलं नव्हतं.

शांत हो, गोदे, असं काय करतेस? मी तिची समजूत घालण्याचा प्रयत्न करू लागले; पण ती माझ्यावरच उलटली.

तूच, रांडे, तूच भुलवलंयस त्याला. म्हणूनच मला नाकारलं त्यानं. कसा खुसुखुसु हसत होता तुझ्याशी... आणि मला मात्र कसं कुत्र्यासारखं हड हड केलं मेल्यानं. माझी कचरा किंमत केली–

बोलताबोलता तिला रडण्याचा उमाळा आला. मी तिचा चष्मा काढून घेतला, आणि तिच्या पाठीवर थोपटल्यासारखं केलं. तशी तिनं मला गच्च मिठी मारली.

माझं कोणी नाही, गं, या जगात, तुझ्याशिवाय... दुसऱ्या कुण्णाकुण्णाला मी नको... फक्त तू... एकटी तूच माझी आहेस...

–आणि कितीतरी वेळ ती हमसाहमशी रडत राहिली.

मी तिथं कशी पोहोचले, तेच मला कळलं नाही.

पण मी पोहोचले, तेव्हा मला हेमूच्या बंगल्याच्या फाटकातून गोदी आत शिरताना दिसली. चांदण्यात तिची आकृती स्पष्टपणे ओळखू येत होती.

मी तिला हाक मारून थांबवणार होते, पण एवढ्या रात्रीच्या वेळेस हाक मारणंही धोक्याचं होतं. फाटकाशी वॉचमन नव्हता. पण आणखी कोणी जागं होण्याची शक्यता होती.

बंगल्याचं पुढचं दार बंद होतं. गोदी पाठीमागच्या बाजूला गेली. तिथं थोडी हिरवळ होती. हिरवळीवर पाखरांसाठी पाण्याचं एक गोलाकार चिमुकलं तळं होतं. फुलांची झाडं होती. झाडं चांदण्यात काळवंडली होती. फुलं राखाडी दिसत होती. एक प्रशस्त झोपाळा होता. हे मागचं दार, कदाचित हवेसाठी किंवा पलीकडेच माळ्याच्या घराची जाग होती, म्हणून, कसं, कोण जाणे, पण चांगलं सताड उघडं ठेवलेलं होतं.

गोदी त्या दारातून आत शिरली. खाली हॉल होता. हॉलमध्ये काळोख होता. गोदीनं हॉलमध्ये कुणी आहे का, ते पाहिलं. कुणीच नव्हतं. शेजारच्या जिन्यानं ती

वर जाऊ लागली.

–आणि याच वेळेस मी तिच्या नजरेला पडले.

तिनं ओठांवर बोट ठेवून मला गप्प बसण्याची खूण केली. मी तिच्यामागून वर चढून गेले.

वर अर्ध्या मजल्यावर एक खोली होती. खोलीचं दार उघडं होतं; पण पडदा खाली सोडला होता.

पडदा बाजूला करून गोदी आत डोकावली. तिला, पाहिजे ते दृष्टीला पडलं असावं; कारण ती लगेच आत शिरली.

तिच्या पाठोपाठ मीही आत गेले.

समोरच एक प्रशस्त पलंग होता आणि त्यावर उशीत डोकं खुपसून हेमू पालथा झोपला होता. तो कमरेच्या वर पूर्ण उघडा होता. खाली एक मांडीपर्यंतची चड्डी घातलेली, अस्ताव्यस्त झालेल्या पांघरुणातून दिसत होती.

गोदी त्याच्या बिछान्याशी गेली.

काय करतेयस, गोदे? असं मी इतक्या हलक्या स्वरात म्हटलं, की ते माझं मलाही ऐकू आलं नाही.

मी पुढं होऊन गोदीला मागं खेचणार होते.

–पण त्याला फार उशीर झाला!

कारण त्याआधीच गोदीनं पदरात लपवलेली भाजीची सुरी बाहेर काढून हेमूच्या पाठीत खचाखच भोसकायला सुरुवात केली होती...

हेमूनं नुसतं 'आ' केलेलं ऐकू आलं–पण तोंडावरच्या उशीतच त्याची किंकाळी दबून गेली. खिडकीतून आत येणाऱ्या चांदण्यामध्ये काळपट दिसणारं रक्ताचं थारोळं, क्षणाक्षणाला पांढऱ्या चादरीवर पसरू लागलं...

मी स्वत:च्या तोंडावर हात धरला आणि फुटत असलेली किंकाळी दाबून धरली. आता बिलकूल आवाज करून चालण्यासारखं नव्हतं. कोणीही जागं होऊन हेमूच्या बेडरूमशी आलं असतं. त्याच्या घरात कोण कोण होतं, याची आम्हाला काय कल्पना?

मी गोदीला मागच्या मागं खेचलं आणि आम्ही दोघी खोलीच्या बाहेर पडलो.

आवाज करू नकोस. मी गोदीच्या कानात सांगितलं. तिच्या तोंडून हुंदका फुटेल, याची मला भीती वाटत होती. मी तिला धीर यावा, म्हणून आणि तिनं काळोखात धडपडू नये, म्हणून–तिच्या दंडावर हात गच्च दाबून धरला...

तशाच, पाय वाजू न देता आम्ही जिना उतरून खाली आलो.

उघड्या दारातून बाहेर पडलो. हिरवळीवर आलो. मी तिच्या हातातली सुरी काढून घेतली आणि पाखरांच्या तळ्यातल्या पाण्यात हलकेच सोडून दिली. ती उद्या

तिथं कुणालाही सहज मिळाली असती; पण गोदीच्या बोटांचे ठसे तरी निदान तिच्यावर सापडले नसते.

फाटकातून बाहेर पडलो आणि आम्ही रस्त्यावर आलो. मग मात्र गोदी मुक्तपणे रडू लागली...

तू हे असं का केलंस? हे मी तिला विचारलं नाही. विचारण्याला अर्थही नव्हता. गोदीसारखी तऱ्हेवाईक माणसं बिथरली की वाटेल त्या थरापर्यंत जाऊ शकतात. ती मात्र मला–सुरी पाण्यात सोडायचं तुला बरं सुचलं–आता मला एकट्या तुझाच धीर आहे–मला सोडून कुठं जाऊ नकोस–एकटी राहिले, तर मी काय वाटेल ते करीन– जीवसुद्धा देईन, अशा निरनिराळ्या गोष्टी पुन्हापुन्हा सांगत राहिली.

पण आता मी तिच्या गोष्टींनी फसणार नव्हते. एकदा तिनं मला हेमूला विचारायला सांगितलं, इथपासूनच मी इथवर गुंतत गेले... तिच्यासारख्या खुनी, माथेफिरूच्या बाबतीत अधिक गुंतणं चांगलं नव्हतं. धोक्याचं होतं. आज तिनं हेमूचा खून केला. उद्या ती माझाही जीव घ्यायला मागंपुढं पाहणार नाही. नाहीतरी हेमूनं माझ्यामुळंच तिला नकार दिला, असं काहीतरी तिरपागडं तिनं डोक्यात घेतलेलंच आहे. तिला माझा आधार वाटतो. माझ्या धीरावरच ती सारं काही करीत असते. हे सगळं खरं; पण मी तिला किती सांभाळायचं? हे सगळं माझ्या हाताबाहेर चाललं होतं. आता मी तिच्यापासून दूर झाले नाही, तर कदाचित, कदाचित ती हे सारं माझ्यावर उलटवूही शकली असती–मीच हेमूचा खून केला, असंही म्हणाली असती...

या कल्पनेनं मी घाबरले. विलक्षण घाबरले; पण तिच्याकडे मी काहीच बोलले नाही. लहानपणापासून मी ज्या सहजतेनं तोडगे शोधून काढीत असे, तितक्याच सहजपणे मी आताही विचार करून ठेवला...

–आणि गोदीदेखील लहानपणीसारखीच मला असाहाय्यपणे विचारीत राहिली– आता मी काय करू, गं? आता काय होईल? पोलीस मला पकडतील?

मी म्हटलं,

काही होणार नाही. तू आधी स्वस्थ झोप. उद्या सकाळी काय ते बघू.

मी माझ्याकडच्या झोपेच्या गोळ्यांपैकी एक तिला दिली. ती हळूहळू मुसमुसत, बोलत बोलत केव्हातरी पहाटेकडे झोपी गेली... तरी झोप पुरती डोळ्यांवर चढेपर्यंत ती मला पुन्हापुन्हा विचारीतच होती–

तू मला सोडून जायची नाहीस ना? माझं काहीही झालं, तरी तू शेवटपर्यंत– माझ्याबरोबर राहशील ना?

मी तिला पुरती झोप लागल्याची खातरी करून घेतली. तिच्या पायागतीचं पांघरूण तिच्या अंगावर नीट पसरून घातलं, शेजारच्या मडक्यातलं भांडंभर पाणी

प्यायले आणि पाय न वाजवता खोलीच्या बाहेर पडले.

त्या दिवसापासून आजपर्यंत माझी तिच्याशी गाठभेट नाही.

आता पटली ना, इन्स्पेक्टर, तुमची खातरी की या प्रकारात माझा काही संबंध नाही? जे केलं, ते गोदू गोरेनं केलं. एकटीनं केलं. तिला माझा धीर वाटत आला. आधार वाटत आला. तिच्यासारख्या दुबळ्या, लोकांकडून झिडकारल्या गेलेल्या, बावळट, कुरूप मुलीला आधाराची फार गरज असते, इन्स्पेक्टर; पण अशा माणसांना आधार देणं हा काही गुन्हा नाही होऊ शकत.

त्यातनं खून गोदीनं केला, हेही तुम्हांला मान्य आहे. हेमूचं प्रेत सकाळी सापडलं. पण तो आदल्याच संध्याकाळी चाळीत येऊन गेला, भांडून-तंडून संतापाच्या तिरीमिरीत खोलीबाहेर पडला आणि गोदू त्याच्यामागे धावत दारापर्यंत गेली, हे चाळीतल्या कितीतरी लोकांनी पाहिलं असेल. त्यांच्यापैकी कुणीही तुम्हांला बित्तंबातमी दिली असेल. तुम्ही सरळ जाऊन गोदू गोरेला अॅरेस्ट केलं असेल–

पण मग आता माझ्यामागे तुमचा ससेमिरा का? मला खोदून खोदून प्रशन का विचारताय तुम्ही? केवळ खून झाला, तेव्हा मी तिथं होते, म्हणून? केवळ मी तिची रूममेट होते, म्हणून?

पण मला माहीत आहे, ते सारं मी तुम्हाला सांगितलंय. मग आता तुम्हांला कशाविषयी शंका आहे?

तुम्हांला याविषयी तर शंका नाही की गोदूकडे मी रूममेट म्हणून का गेले? इन्स्पेक्टर, गोदूसारख्या दुबळ्या, असाहाय्य जीवांचं स्वत:चं एक विश्व असतं... त्या विश्वात त्यांची एक रूममेट असते... जे त्यांना स्वत:ला कधीच लाभणार नाही... ते लाभलेली आदर्श रूममेट... ती असते, म्हणूनच ते जगू शकतात... तिच्या आधारानं...

इन्स्पेक्टर, अशा हताश, नाकारलेल्या माणसांनाही वाटतं की कुणी आपल्यावर प्रेम करावं... त्यांना माहीत असतं... कुणीही आपल्यावर प्रेम करणार नाही–प्रत्येक जण आपल्या रूममेटवर प्रेम करील...पण अशीही वेडी आशा असते की रूममेटसाठीच का होईना, पण लोक आपला स्वीकार करतील–

ते शक्य झालं नाही तरी त्यांना वाटतं की आपण कितीही धाडसाचं काम करू शकू! एरवी आपण कितीही भित्रे-अशक्त असलो, तरी! कुणाच्या जिवावर? रूममेटच्या! त्यांना माहीत असतं की रूममेट आपल्याबरोबर येईल, आपल्याला या प्रसंगातून वाचवून नेईल...

पण हे खोटं असतं, इन्स्पेक्टर... हे आयुष्यातलं कडवट सत्य असतं की रूममेट आपल्यासाठी शब्द टाकू शकते...पण आपला स्वीकार करायला लावू शकत नाही... रूममेट आपल्या सुरीवरचे डाग नाहीसे करते, पण आपल्यांला

गुन्ह्यापासून वाचवू शकत नाही...ती निघून जाते...कधीकधी म्हणूनच ती आपल्या रूममेटवर प्रेम करता करताच तिचा भयंकर द्वेषही करते. कायमची निघून जाते...आणि हेही या माणसांना कुठंतरी जाणवत असतं.

गोदूसारख्यांना हे कळत नसेल, इन्स्पेक्टर, तिच्या बुद्धीची कुवतच तेवढी. पण तुम्हांला? तुम्हांला कशाबद्दल शंका आहे, इन्स्पेक्टर? तुम्हाला माझ्याविषयी शंका आहे?

म्हणजे? मला नाही समजलं...

तुम्हाला काय म्हणायचंय? मी आहे...पण मी दुर्गा रेगे नाही? मग...मग कोण आहे मी?

–आणि दुर्गा रेगे–? ती कुठाय? ती नाहीशी झाली, म्हणजे कायमचीच नाहीशी झाली? नाही? मग? तुमचं काय म्हणणं–ती नव्हतीच? ती कधीच नव्हती?

मग मी? मी कोण आहे?

तुम्ही माझ्याकडे असं का पाहताय, इन्स्पेक्टर? मी चष्मा काढून पुसतेय, यात काय आहे विशेष? डोळ्यांतल्या पाण्यानं तो अंधुकला, म्हणून पुसला, एवढंच.

आता चष्मा लावल्यावर नीट दिसलं मला, तुम्ही कुठं पाहताय्, ते.

तुम्ही माझ्या उजव्या कानाकडे पाहताय, इन्स्पेक्टर. का? तो थरथरतोय, म्हणून? मी तुम्हाला सांगितलं मघाशीच की, ती माझी जुनी सवय आहे. उत्तेजित झाले की नेहमीच माझा उजवा कान थरथरतो.

नव्हतं सांगितलं?

(अनुराधा–दिवाळी अंक१९८०)

पोरखेळ

बाळ खेळत बसलेला.

खिडकीशी टेबल. टेबलात एक जुन्या बॉक्सचं झाकण. त्या झाकणात खेळणी मांडून बाळ खेळतोय...

खेळणी आपली अशीतशीच. कुठून कुठून जमवलेली.

एक चिमुकलं घर. चिमुकलं म्हणजे फारच छोटं. दोन काड्यापेट्च्या एकाला एक जोडून तयार केलेलं. त्यात दोन बाहुल्या. रबराच्या. त्याही अगदी चिमुकल्या. त्या घरात मावतील, एवढ्याच. एक बाहुला, एक बाहुली.

बाळाला त्यांच्याशी खेळायला आवडतं.

असली खेळणी जमवून बाळ तासचे तास एकटाच खेळत बसतो. रडत नाही, की हसत नाही. गंभीरपणे टक लावून खेळण्यांकडे पाहत राहतो, जसा काही मोठा विचार करतोय. मग मध्येच बाहुल्या इकडच्या तिकडे करतो. टाळ्या पिटतो.

केव्हा केव्हा नुसता बसून राहतो. आता काय बरं करायचं या बाहुल्यांचं, असा विचार करीत. मग त्याला काहीतरी सुचतं. ते करून बघतो. बाहुलं हलवतो. नवी कल्पना पसंत पडली नाही का पुन्हा बाहुलं जागच्या जागी ठेवून देतो.

असा त्याचा खेळ कितीतरी वेळ मजेत चालतो.

आत्तासुद्धा या दोन बाहुल्यांकडे तो केव्हापासून पाहत बसलाय. टक लावून. त्यांचं काय करावं, हे त्याच्या काही केल्या डोक्यात येत नाही. तो डोकं खाजवत राहतो. मग अगदी शून्यपणे, रिकाम्या डोक्यानंच तो त्यांतल्या बाहुल्याला हातात घेतो. त्याचं रबरी पोट दाबू लागतो...पोट दाबलं की, त्या बाहुल्याचे दोन्ही हात आत येतात. पोटापाशी पाय फाकतात. रबरी तोंड आक्रसून जातं, बाळाला खूप गंमत वाटते. बस्! त्याला काय? तोच चाळा पुरतो. रबरी बाहुल्याचं पोट दाबत बसण्याचा.

आई, गं! मेलो मेलो! परमेश्वरा—या पोटदुखीपेक्षा मला मारून तरी टाक! दोन्ही हातांनी पोट धरून गोपाळ ओरडतो.

असं काय करता? बरं वाटेल आता! गोळ्या दिल्या नं आत्ता? थांबेल थोड्या

वेळानं– लीला त्याची समजूत घालायचा प्रयत्न करते.

खरं तर मनातून तीही घाबरून गेलेली. हल्ली यांच्या वरचेवर पोटात दुखतं. कशानं, काही कळत नाही. खाणंपिणं सगळं व्यवस्थित. कुठं कसला अतिरेक नाही! तरी पोट दुखतं. सुरुवातीला सहन केलं. डॉक्टरांकडे जाऊ या म्हटलं, तर हे वैतागायचे. म्हणायचे,

डॉक्टर कशाला? त्याला काही कळायचं नाही. उगाच पैसे मात्र काढील वाटेल तसे–या टेस्ट्स घ्या नि त्या टेस्ट्स घ्या, करून.

पैशाचा विचार मनात आला की अडकलंच आमचं गाडं. सगळ्या नाड्याच आवळतात ना! यांची शिक्षकाची नोकरी! मला नोकरी नाही. नोकरी मिळण्यासारखं शिक्षण नाही आणि मिळाली, तरी करणार कधी? घरात मी एकटी बाईमाणूस. घरचं आवरता आवरता दिवसाची रात्र होते. त्याच अडचणी. दोन खणांची जागा. पाणी बाहेरच्या सार्वजनिक नळावरून आणावं लागतं. ठरावीक वेळात ते आणायला हवं, नाहीतर नळाला शोष लागतो. मग अन्न शिजवायचासुद्धा पंचाईत! धुण्याभांड्याला बाई ठेवणं परवडत नाही. तेव्हा तोही खटारा घेऊन बसावं लागतं. हे संध्याकाळीसुद्धा शिकवण्या करतात, तेव्हा त्यांच्याकडून, भाजी आणायचीदेखील मदत नाही. एकट्या बाईनं कुठंकुठं मरायचं? बरं, शिकवण्या सोडाव्यात, तर शाळेचा पगार पंधरा दिवससुद्धा पुरत नाही. पुढचा पंधरवडा काय उपास काढायचे?

त्यात आता हे पोटदुखीचं दुखणं आलं. बरं, दुखणं तरी असं विचित्र! त्याला ताळ ना तंत्र! वाटेल तेव्हा पोटात दुखायला लागतं आणि दुखतं म्हणजे किती? अगदी गडबडा लोळेपर्यंत! आता तर त्या दुखण्यापेक्षा ते कधी दुखेल, याची धास्तीच अधिक वाटायला लागलीय. एका शिकवणीच्या वेळी असं दोन-चारदा झालं आणि पटकन ती शिकवणी हातची गेली!

शिकवणीवरच बेतलं, तेव्हा ठरवलं डॉक्टरकडे जायचं. तरी 'नको नको' चाललंच होतं, पण मीच नेट धरला. हातउसने पैसे आणले आणि यांना डॉक्टरांकडे घेऊन गेले. खूप दिवस चाललं होतं, 'हे तपास–ते तपास!' शेवटी काय उपयोग झाला? यांचंच म्हणणं खरं ठरलं. डॉक्टरांना काही सांगता आलं नाही. शे-दोनशे रुपये कर्ज झालं आणि पोटदुखी जशीच्या तशी राहिली. लहरीपणानं ती वाटेल तेव्हा यायची आणि वाटेल तेव्हा जायची. पोटात दुखायचं, तेव्हा मात्र यांना जगतो की मरतो, असं होऊन जायचं.

दोन्ही हातांनी पोट दाबून, पाय फाकून हे घरभर नाचायला लागले की वाटे, हे पाहण्यापेक्षा मरण बरं. वेदनांनी आक्रसलेला त्यांचा चेहरा पाहताना मनात नाना शंका येत. वाटे, डॉक्टरांना कळत कसं नाही? हा पोटाचा कॅन्सर- बिन्सर तर नसेल?

एका बाजूनं त्यांचं समाधान करताना मी आपल्या मनातील भीती दाबून टाकण्याचा प्रयत्न करते; पण जितकी दडपावी, तितकी भीती अधिकाधिक उसळून येते. यांना खरंच पोटाचा कॅन्सर झाला असला, तर आमचं काय होईल? डोळ्यांसमोर भीतिदायक चित्रं नाचत राहतात... बिछाना धरून राहिलेले हे– त्यांची नोकरी सुटल्यामुळं मला करायला लागलेली चिल्लर कामं–तरी– देखील पैसा न पुरल्यामुळं होणारी उपासमार–शेवटच्या दिवसांत कुजत राहिलेला यांचा देह–यांचे हाल हाल– जिवाची तडफड आणि अखेरीस तो अटळ शेवट–आणि त्यानंतरची आपली दुर्दशा–

लीलाच्या जिवाचा थरकाप उडतो. गोपाळऐवजी जशी काही ती स्वत:चीच पुन्हापुन्हा समजूत घालते–

'काही होणार नाही. सगळं ठीक होईल. पोटदुखी आता थांबेल...'

खिडकीतून येणारं ऊन अधिकाधिक प्रखर व्हायला लागलेलं असतं. बॉक्सच्या झाकणात ठेवलेल्या काड्यापेट्यांच्या घरावर आणि त्या घराबाहेर ठेवलेल्या रबरी बाहुल्यांवर ते कडकडीत ऊन पडलेलं. बाळाच्या ते गावीच नाही. तो अजूनही कुतूहलानं त्या बाहुल्यांकडे पाहत बसलेला. मात्र त्या बाहुल्याचं पोट दाबण्याचा चाळा त्यानं आता कंटाळून सोडून दिलेला.

गोपाळची पोटदुखी जशी अचानक सुरू झाली, तशीच अचानक थांबते. लीलाची काळजी तात्पुरती दूर होते. अर्थात रोग काय होता, कळलेलं नाही, त्याच्यावर इलाज केला नाही–तेव्हा पुन्हा तो कधी उद्भवेल, याचा काहीच भरवसा नाही; पण सध्या तरी त्याचा त्रास थांबलेला.

पोटदुखी थांबल्यावर गोपाळच्या शिकवण्या, नोकरी सगळं पुन्हा पूर्वीसारखं सुरू होतं; पण आजारानं तो विलक्षण अशक्त झालेला. त्यामुळं स्वभाव भलताच चिडचिडा झालेला. एकसारखा तो काही ना काही निमित्त काढून लीलाशी भांडत बसतो.

पैसे एवढ्या लवकर कसे संपले? अजून तर महिन्याची पंधरा तारीख आली नाही. तुमच्या आजारासाठी उसने आणले होते–त्यांतले पंचवीस रुपये परत केले!

कशाला परत केलेस? पैसे काय वर आले होते परत करायला?

अहो, त्या माणसांनी निरोप पाठवला! मग नको द्यायला?

काहीतरी करतेस! घर चालवण्याची काडीची अक्कल नाही तुला! आता महिनाअखेरपर्यंत काय पाणी पिऊन राहायचं?

तुमचे ते मागच्या शिकवणीचे पन्नास यायचे होते ना? त्यांतले बघा काही मिळालं, तर–

मला नाही जाऊन पठाणासारखं उभं राहायचं. ती माणसं काय पैसे बुडवणार आहेत?

मग दुसरीकडून कुठून तरी आणा!

मी नाही आणणार! हातांत असलेले पैसे देऊन बसलीस–आणि आता, म्हणे आणा!

असं काय करता? तरी बरं, तुमच्याच आजारासाठी काढले होते!– सगळा संयम संपून लीला करवादते.

काढ–पुन्हा पुन्हा माझ्या आजाराचं काढ! जसा काही मी हौसेनंच आजारी पडलो होतो. पोट दुखून माझा जीव चालला होता आणि तुला त्यापुढं पैशाचं वाटतंय! बरं झालं असतं, तेव्हाच मेलो असतो, तर! तुझं समाधान झालं असतं! आत्तासारखी जीव खात बसली नसतीस मग माझा!

हे काय तोंडाला येईल, ते बोलतात. भलतंसलतं अभद्र बोलायला लागले की क्षणभर जिवाला लागतं. डोळ्यांत टचकन पाणी येतं; पण आता ठरवूनच टाकलंय्. काही म्हणजे काही मनाला लावून घ्यायचं नाही. ते तरी थोडंच मनापासून बोलतात? स्वभावच चिडचिडा झालाय–आजारापासनं. त्यांची पैशाची कुचंबणा सदाचीच! त्याला ते तरी काय करणार?

पण मी तरी ते किती दिवस सहन करायचं? सारखी भांडणं-वादावादी! माझा एक शब्द हे खाली पडू देत नाहीत. लगेच वाकडा अर्थ काढून भांडायला लागतात. वाद घालून शेवटी एकदा माझ्यावर टेपर ठेवलं की हे सुटले. मला वाटतं, आपण आजारी पडलो, हेच त्यांच्या मनाला खातंय.

परवा म्हणाले, त्यांच्यापेक्षा मला पैशाचं अधिक महत्त्व वाटतं. तसं असतं, तर मी हातउसने काढून त्यांना डॉक्टरकडे नेलं असतं का? वाटतं, या संतापण्या-वैतागण्यापेक्षा ती पोटदुखी खूप बरी होती! निदान घर तरी थंड होतं. आता नुसती होरपळ चाललीय्! पैशाची अडचण आणि यांची बोलणी! वणवा पेटल्यासारखं झालंय चारी बाजूंनी!

कधी कधी वाटतं की आम्हांला मूल असतं, तर निदान या तापामध्ये एक वाऱ्याची झुळूक तरी आली असती! निदान त्याच्याशी खेळताना तरी जीव थंड झाला असता!– आमचा दोघांचाही! पण विचार केला की वाटतं, मूल नाही, तेच बरं झालं. आम्हाला जिथं स्वतःचाच जीव नकोसा झालाय, तिथं त्या मुलाचे आणखी हाल कशाला?

एकूण काय, तर जीव शांत करायचा मार्गच नाही. परिस्थितीच्या झळा मात्र वाढतच चालल्यात!

बाळाच्या काय मनात येतं, कुणास ठाऊक! तो बॉक्सचं कव्हर उन्हातून उचलतो आणि आत–पलंगावर ठेवून देतो. आपणही प्रयत्नपूर्वक पलंगावर चढून बसतो. वर आणखी पंखा चालू करतो.

पंख्याच्या वाऱ्यानं हलकी रबरी बाहुली जागच्या जागी नाचल्यासारखी हलतात.

बाळ टाळ्या पिटतो.

एके दिवशी गोपाळ घरी येतो, तो हवेतून चालतच!

लीला–मी फार वाईट आहे, नाही? मी आजवर तुला हवं हवं ते बोललो. तू म्हणून ते ऐकून घेतलंस. सगळं सहन केलंस!

लीला त्याच्याकडे अचंब्यानं पाहतच राहते. आज झालंय तरी काय यांना?

पण मी खरा वाईट नाहीये, लिलू. गरिबीनं कातावलो होतो मी. म्हणून वेडंवाकडं बोलायचो. आता पुन्हा कध्धी कध्धी नाही असं काही बोलणार!

अगं बाई, पण आजच कुठनं हे सगळं काढलंत?

आपले दिवस पालटले, लिलू. आता आपण गरीब राहिलो नाही.

म्हणजे?

मला लॉटरी लागली, लिलू. अडीच लाखांची!

अहो–काय, म्हणता काय?

तिचे डोळे विस्फारले. हर्षानं तिचं भान हरपायची वेळ आली. मी तिला शांत केलं. फार अवघड गेलं ते. विषय बदलून पाहिले. आज पोट थोडं दुखल्यासारखं वाटलं, असं खोटंच सांगितलं. काय हवं-हवं ते दडपून दिलं. पण तिला ठिकाणावर यायला फार वेळ लागला.

मला याची कल्पना होतीच. अडीच लाख रुपये! आजवर आमचे हिशेब फार फार तर शेकड्यांनी चालायचे! ठरलेल्या खर्चापिक्षा पंचवीस रुपये वाढले, तरी ते हातउसने आणावे लागायचे. कधी कधी तर बाहेर पडलं की बसच्या तिकिटाला पैसे नसायचे. मग ऊन असो, पाऊस असो, तंगड्या तोडीत चालत जावं लागायचं, अशा परिस्थितीत एकदम अडीच लाख रुपये हवेतनं येऊन पडले! नशीबच बदलून गेलं! मग वेड लागल्यासारखं होणार नाहीतर काय?

सुरुवातीला माझा विश्वासच बसेना. शाळेतलं वर्तमानपत्र वाचत होतो. घरी पेपर घेणंसुद्धा परवडत नाही. टीचर्स रूममध्ये माझ्याशिवाय फक्त ड्रॉइंग टीचर होते. मी खिशातलं तिकीट काढून सहज नंबर पाहिला. फार बारकाईनं पाहायची गरजच नसे. कारण आजवर कधीही तिकिट घेतली, तरी त्यांचे नंबर म्हणजे पहिल्यापासूनच काहीच्या बाहीच वेगळे असायचे. तेव्हा याचे सगळे नंबर सारखेच, हे खरं वाटेना. मग कुणाकुणाचं ऐकलेलं आठवलं. लॉटरी लागल्यानं, म्हणे हर्षवायू झाल्याची उदाहरणं आहेत. म्हणून तिकीट ठेवलं खिशात. बंदोबस्तानं ठेवलं. ड्रॉइंग टीचरशी अवांतर विषयांवर गप्पा मारल्या. पाणी प्यायलो. पुन्हा जागेवर आलो. बक्षीस नक्कीच लागलेलं होतं. एवढ्यात बेल झाली. शांतपणे उठलो आणि वर्गावर गेलो. मुलांना गणितं घातली आणि स्वत: कागदावर अडीच लाखांचं गणित सोडवत बसलो. इतके पैसे व्याजी लावायचे–इतक्या पैशांचं घर

 घ्यायचं–एवढ्याचे शेअर्स–

माझं डोकं फिरण्याचा संभव टळला होता. पण हे लिलूला एकदम सांगता कामा नये. आधी इतर चार गोष्टी बोलायला हव्यात. काय बोलाव्यात? बापडीनं फार सहन केलं. गरिबीपरी गरिबी, त्यात माझा आजार, शिवाय वर तिरसटपणा, कुजकं बोलणं. चिडाचीड! ते काही नाही! हे सगळं आता बदलून टाकलं पाहिजे.

दोघं त्या दिवशी आयुष्यात पहिल्यांदाच हॉटेलात जाऊन जेवतात. जेवणानंतर आइस्क्रीमसुद्धा मागवतात. टॅक्सीनं घरी परत येतात. येता जाता विषय एकच! प्रश्न मात्र असंख्य–'पैसे कॅश देतात का, हो? घरी कसे आणायचे? कोणाला सोबतीला नेणार?' इथपासून, 'ते पैसे बँकेत ठेवले, तर वाटेल तेव्हा काढता येतात ना, हो? बंगल्याची किंमत हल्ली किती असते? मोटारला किती पडतात? लोकांच्या डोळ्यांत येणार नाही ना? कुणाची दृष्ट लागणार नाही ना?' वगैरे वगैरे पर्यंत.

एक गोष्ट मात्र लवकरच दोघांच्या ध्यानी येते. अडीच लाख म्हणजे काही वाटते तेवढी मोठी रक्कम नाही. आजकाल तर बंगलादेखील एवढ्या पैशांत येत नाही. मग गाडी, धंदा, पैसे व्याजी लावणं हे सगळं दूरच राहिलं.

दोघं थोडे खट्टू होतात. आपण काही, वाटलं होतं, तेवढे श्रीमंत झालो नाही, या विचारानं.

पण सुदैवानं, गोपाळचे एक लांबचे काका कर्नल असतात. ते त्याला सगळं काही ठाकठीक लावून देतात. टॅक्स वजा करून हाती आलेल्या पैशातली बरीच मोठी रक्कम ते फिक्स्ड डिपॉझिटमध्ये गुंतवून टाकतात. पंचवीस-तीस हजार, ठाण्यात एका नव्यानं उभ्या राहत असलेल्या ओळखीच्या केमिकल कंपनीत गुंतवतात. एका अटीवर का कंपनीनं गोपाळला एका डिपार्टमेंटचा मॅनेजर करून टाकायचं. एवढं करून पाऊण लाख रुपये स्वत:चं घर घ्यायला शिल्लक उरतात.

गोपाळ आणि कर्नल काका सगळीकडे चौकशया करतात. पाण्याची गैरसोय असलेल्या दोन खणी जागेत आता एक दिवस काढणंदेखील लीलाला मुश्कील होऊन जातं. पण जागांचे भाव इतके वाढत असतात का पाऊण लाखात चार खोल्या मिळाल्या, तरी पुष्कळ, असं म्हणायची पाळी येते. आता नोकरी चांगली मिळालीये. आज ना उद्या घेऊ चांगली जागा, अशी गोपाळनं कितीही समजूत घातली, तरी ती हिरमुसलीच राहते.

पण व्हायचं असलं की, काम कसंही होतं. गोपाळच्या नव्या कंपनीतल्या एकाचा लांबचा नातेवाईक आपला मुलुंडचा बंगला विकून आफ्रिकेला जायला निघलेला असतो. त्याला रोख रकमेची गरज असते. बंगला मुळात बांधला, तेवढे पैसे जरी लगेच मिळाले, तरी त्याला चालणार असतं. बंगला पिवळ्या रंगाचा, छोटेखानी असतो, पण चांगला टुमदार बांधलेला असतो. झालंच, तर ठाण्यातल्या

कंपनीपासून मुलुंडचा बंगला फार लांब नसतो. गोपाळ पंचवीस हजारांचं कर्ज काढून बंगला ताबडतोब घेऊन टाकतो.

आपण पोतडीतून काढलेल्या, लिप्टन यलो लेबलच्या खोक्याच्या बंगल्यावर बाळ भलताच खूष असतो. तो ती रबराची बाहुला-बाहुली बंगल्यासमोर निरनिराळ्या कोनांत ठेवून पाहतो. मग यांना राहायला हाच बंगला छान, अशा समाधानानं, पहिलं आगपेट्यांचं घर उचलतो आणि खेळण्याच्या पोतडीत परत ठेवून देतो.

बाळ तसा भलताच व्यवस्थित आहे. खेळणी कारणाशिवाय तो इकडे- तिकडे टाकत नाही.

तो बाहुला-बाहुलीकडे बघत राहतो. आता काय बरं गंमत करावी, अशा विचारात.

बाहुला-बाहुलीचं एक बरं असतं, बाळ पुढं आपलं काय करील, याचा विचार त्यांना बिलकूल करावा लागत नाही. तसा करावा लागता, तर ती काळजीतच पडली असती; कारण बाळ इतका लहरी आहे की त्याच्या मनात कधी काय येईल, हे सांगताच येत नाही. पण सुदैवानं बाहुला-बाहुलींना त्याची माहिती नाही. ती त्याला ओळखत नाहीत. तो खेळत बसला आहे, हेही त्यांना माहीत नाही. त्यामुळं त्यांना कसली चिंता नाही.

बाळाच्या डोक्यात एक नवीनच विचार येतो. तो आत जाऊन पाण्यानं भरलेली प्लॅस्टिकची निळी बादली ढकलत ढकलत बाहेर घेऊन येतो!

अलीकडे घरातलं सगळं वातावरणच बदललंय.

घरात कामाला दोन नोकर आहेत. दोघंही कामसू आहेत. मला फक्त त्यांच्यावर लक्ष ठेवण्याखेरीज दुसरं कामच करावं लागत नाही. संध्याकाळचं जेवण तेवढं मी स्वतः करते. हे दमून येतात. भुकेलेले असतात. अशा वेळी माणसाला त्याच्या आपडीचं काही करून घातलेलं आवडतं. जेवताना चार प्रेमाच्या गोष्टी बोलत शेजारी बसलेलं आवडतं. मी हे कटाक्षानं पाळते.

हेदेखील अलीकडे खूपच प्रेमानं वागतात. तसं म्हटलं, तर त्यांच्यामागे कामाची दगदग कमी नसते. मित्रमंडळींचं येणं-जाणंही खूप असतं. त्यातनं कंपनीचं धोरण म्हणूनही काही लोकांशी संबंध ठेवावा लागतो. पार्ट्या, प्रवास असं पुष्कळ होतं. (ते फुकट जात नाही, म्हणा, कारण यांच्या सगळ्यांशी मिळून मिसळून वागण्यानं बिझनेस खूपच वाढला आहे. यांची सनबीम कंपनी आता दुसऱ्या दोन बारक्या कंपन्यांना विकत घेतेय. झालंच, तर एक ॲडिशनल ऑफिस चर्चगेटला निघतंय. अर्थात यांच्या हुद्द्यात आणि पगारात गूर्वीपिक्षा खूपच वाढ झालीय.) पण वाढती जबाबदारी आणि कामाचा ताण सांभाळूनदेखील हे कधी कातावत नाहीत. सनबीमसारख्या प्रतिष्ठित कंपनीच्या डेप्युटी जनरल मॅनेजरनं खासगी आयुष्यातसुद्धा

भारदस्त वागलं पाहिजे, असं हे नेहमी म्हणतात.

मला पूर्वीचे गोपाळ आठवतात. त्रासलेले, थकलेले, माझ्याशी तुसडेपणानं वागणारे, कोतेपणानं बोलणारे, क्षुद्र वृत्तीचे. आताचे गोपाळराव मोकळे, दिलदार, हसतमुख, प्रतिष्ठित आहेत. मुख्य म्हणजे त्यांचं माझ्यावर प्रेम असल्याचं जागोजागी दिसतं. त्यांना आपण कुणासाठी तरी विशेष आहोत, याचा अभिमान वाटतो.

मीही आता खूप बदलले आहे. अधिकच शांत, समाधानी, हसतमुख झाले आहे. पैशानं हा चमत्कार घडला का? म्हणजे त्यावेळी लॉटरी लागली नसती, तर आम्ही जन्मभर दुसरीच कुणीतरी क्षुद्र, कोती, चिडचिडी माणसं राहिलो असतो! आमचे खरे चांगले स्वभाव आम्हाला कधीच कळले नसते. एकमेकांना कधीच पारखता आलं नसतं. कदाचित आम्ही एकमेकांचे वैरीसुद्धा झालो असतो! किती विचित्र आहे हे सगळं. लॉटरी लागण्यासारख्या क्वचित घडणाऱ्या गोष्टीवर इतकं सारं अवलंबून– अगदी माणसाच्या स्वभावापर्यंत? छे! खरं नाही वाटत!

आजकाल आमचे कार्यक्रम पूर्वीपेक्षा खूप वेगळे झालेत. यांना कितीही काम असलं, तरी महिन्यातला एक रविवार ते माझ्यासाठी, पूर्ण माझ्यासाठी देतात. मग आम्ही कुठंतरी पिकनिकला जातो. माणसांच्या गर्दीपासून दूर. फक्त एकमेकांच्या सहवासाचा आनंद लुटायला.

त्या दिवशी आम्ही असेच पोहायला गेलो होतो. मी स्वीमिंग सूट चढवला होता खरा. पण काठावरच बसून राहिले होते. कोवळं ऊन खात. हे मात्र आल्याआल्या पाण्यात शिरले.

बाळ बाहुला उचलतो आणि प्लॅस्टिकच्या बादलीत टाकतो.

बाहुला वर येतो-तरंगू लागतो.

बाळ पुन्हा त्याला हातानं खाली ढकलतो.

हात काढून घेतो. बाहुला पुन्हा वर येतो.

बाळाला गंमत वाटते. आता तो बाहुला पाण्याच्या तळाशी जोरानं दाबून धरतो–एका हातानं. सोडतच नाही.

मग दुसऱ्या हातानं तो ती बाहुलीही पाण्यात टाकतो. त्या गडबडीत बाहुल्यावरचा हात काढून घेतो.

बाहुला परत वर येतो. बाहुली आता तरंगत तरंगत बाहुल्यापर्यंत पोहोचलेली.

बाळ झपकन त्या दोघांवर हात धरतो. मजेत ओरडतो. हाताच्या पंज्यानं त्या दोघांनाही पाण्याखाली दाबून ठेवतो.

मग हात काढून घेतो. दोघं दोन्ही बाजूंनी पृष्ठभागावर येण्याचा प्रयत्न करीत असलेली.

बाळ बादलीवर हाताचा पंजा ठेवून–त्यांना पाण्याखाली दाबावं की बादलीच्या

कडेशी येऊ द्यावं, अशा विचारात.

कसेबसे आम्ही काठावर येऊन पोहोचतो.

तसं म्हटलं, तर मी चांगला पट्टीचा पोहणारा आहे. पूर्वीदेखील शाळेच्या ट्रिप्सबरोबर मी जायचो, तेव्हा हटकून पाण्यात उतरायचो.

पण आज काय झालं, कुणास ठाऊक! पाण्यात उतरल्या उतरल्या एकदम मला बुडायला व्हायला लागलं! हातपाय जणू शिशाचे गोळे झाले. हलेचनात. पाणी खाली ओढतंय, असं वाटायला लागलं. एकदम ब्रह्मांड आठवलं, महाप्रयासानं मी वर आलो. मोठ्यानं ओरडावंसं वाटत होतं, पण तोंडातून आवाजच फुटत नव्हता. एवढ्यात पुन्हा तेच. पाण्याला जबरदस्त ओढ आणि तीही तळाकडे नेणारी. मग हात मारावा, तर पुढं जाण्याऐवजी पुन्हा खाली जायला होत होतं. पोटात भीतीनं गोळा आला. हे चाललंय काय? एका वेळी तर अगदी तळापर्यंत जाऊन आलो. वाटलं, आता दम टिकून राहणारच नाही. इथल्या इथं नाकातोंडात पाणी जाऊन जलसमाधी मिळणार. वर येणार, तो आपला फुगलेला मुडदा!–आणि या विचारानं की कशानं, कोण जाणे, मी परत वर यायला लागलो. सारी शक्ती एकवटून जीव खाऊन श्वास टाकण्याचा प्रयत्न करित. भोवताली निळ्याभोर पाण्याचे मजलेच्या मजले! हे इतके मजले चढून मी कसा वर जाणार, कोण जाणे!

जेमतेम पृष्ठभागावर आलो, तर लक्षात आलं की लिलूनंही पाण्यात उडी टाकलीय. वेडेपणाच होता तो. या राक्षसी पाण्यानं तिलाही खाली ओढलं असतं. मग? तरी ती आलीच. मी गटांगळ्या खात असताना, श्वास घेण्यासाठी तडफडत असताना, माझ्या अगदी जवळ आली आणि तिनं नको ती चूक केली. मला मिठी मारून धरून ठेवायला लागली. मी ओरडतोय, 'नको नको–दूर हो', तोवर आम्ही दोघंही एकत्र खाली जायला लागलेलो. भयानं मी हातपायही हलवेनासा झालो. म्हटलं, झालं, हाच शेवट! मरण म्हणतात, ते हेच! आम्ही दोघांनी, एकत्र, खोलात पण कुणालाही न सांगता निरोप घेणं. त्या निळ्याभोर, थंड अंधार-कोठडीत गटांगळ्या खातखात वर आलो–कसेबसे एकमेकांना खेचत, ओढत, त्या झपाटलेल्या पाण्यापासून लांब जाण्याचा प्रयत्न करित आम्ही एकदाचे काठावर येऊन पोहोचलो. अजूनही मनातली भीती कमी झालीच नव्हती.

काठावर आम्ही दोघंही मेल्यासारखे पडलेलो. भयंकर धाप लागलेली. बोलणं अशक्य.

मग काही क्षणांनंतर लिलू उठून बसते. मला म्हणते,

आपण जवळजवळ–मेलोच होतो, नाही, हो?

आणि ती ओक्साबोक्शी रडायला लागते.

मला इतक्या लवकर मरायचं नाहीये होऽऽ. मला मरायचं नाहीयऽऽ! आत्ता तर

कुठं आपण सुखानं जगायला सुरुवात केलीय-एवढ्यात मला मरायचं नाहीऽऽ!

मी तिला जवळ घेतो आणि तिची समजूत घालण्याचा प्रयत्न करतो. पण कितीतरी वेळ ती आपली नुसतं 'मरायचं नाही-मरायचं नाही' असं म्हणून रडतच असते.

बाळानं दोन्ही बाहुली लिप्टनच्या बंगल्यासमोर ठेवून दिलेली.

तो पोतडीत नवीन काय मिळतं, हे शोधत बसला आहे.

बऱ्याच शोधाशोधीनंतर त्याला एक छोटीशी लालचुटूक मोटार सापडते. ती तो बंगल्यासमोर ठेवतो.

कशी आहे? नवी कोरी आहे! पासष्ट हजाराला म्हणजे-इट्स अ बारगेन! अगदी नवं मॉडेल आहे! वर्षभरात मिळेनासं होईल! इजन्ट शी अ ब्यूटी? अवर कार-अवर व्हेरी ओन् कार!

कारचं कसलं कौतुक? इतके दिवस कंपनीची कार होती दिमतीला. आज ही- त्यात काय विशेष?

उगाच चिडवण्यासाठी म्हणतेयस मला! कंपनीची कार ती कंपनीची. आपल्या स्वत:च्या कारची गंमत काही वेगळीच! ऑफ कोर्स...या कारचाही मेन्टेनन्स कंपनीच देणारेय!

गंमत केली, हो, तुमची! मलासुद्धा कधीपासून वाटायचं की, आपली स्वत:ची कार अशी आपल्या बंगल्यासमोर रुबाबात उभी असावी!

-माझंही ते पहिल्यापासूनचं स्वप्न होतं. बस्-आज माझी सगळी स्वप्नं साकार झाली.

सगळी?

हो.

असे कसे, हो, तुम्ही पुरुष? एवढीशीच तुमची स्वप्नं?

मऽऽग?

माझं आणखीही एक स्वप्न आहे-आणि तेसुद्धा पुरं होणारेय अगदी लवकरच!

म्हणजे-? अगं, काय, म्हणतेस काय तू? खरंच सांगतेस?

किती शहाणं आहे की नाही आपलं बाळ? आपल्या कठीण दिवसांत मुळीच आलं नाही आपल्याला त्रास द्यायला. आणि आता-आता आपण अगदी सुखाच्या शिखरावर असताना आपणहून धावत आलं! बोलावल्यासारखं! तुम्हाला कल्पना नाही यायची माझ्या सुखाची!

नाही कशी? एके काळची तुझी फरपट पाहिलीय ना मी! त्या भयाण दिवसांतून आपण बाहेर पडू आणि आपल्याला हे दिवस दिसतील, असं भविष्य कुणाला करता आलं असतं?

एक करायचं, गडे. मी आमच्या सोमेश्वराला नवस केला होता. तिथं जाऊन

आपण दोघांनी तो फेडून यायचा.

जसा हुकूम, राणी सरकार! अहो, सोमेश्वराला जाण्यासाठीच तर ही नवी कोरी गाडी हजर आहे!

मग–या रविवारी जायचं?

बाळाला आता कंटाळा आलेला. एकाएकी. अचानक.

तो बाहुला आणि बाहुलीला त्या लालचुटूक गाडीत घालतो आणि गाडी देतो ढकलून पलंगावरून.

उलटीपालटी होत गाडी टेबलाखाली लांब जाऊन पडते.

कड्याच्या टोकाशी लोकांची गर्दी जमलेली.

खालच्या दरीत गाडीचे जळके अवशेष–नीट पाहिलं, तरच दिसतात. प्रेतं दिसतच नाहीत. बहुधा त्यांच्या देहाच्या ठिकऱ्याठिकऱ्याच झालेल्या असणार.

तरुण जोडपं होतं!–कड्यापासून पाव मैलावरच्या हॉटेलचा मालक सांगतो. चहा घ्यायला थांबलं होतं आमच्या हॉटेलात. खूप श्रीमंत असावेत. हौशीही दिसत होते. एकमेकांशी गोडगोड बोलत होते. बापडे देवाला निघाले होते, नवस फेडायला. वाईट झालं बिचाऱ्यांचं! काय देव तरी–!

त्याची हकिगत मन लावून ऐकणारी एक तरुणी. तिच्या डोळ्यांत आसवं तरारून येतात. इतक्या तरुण हौशी जोडप्याचा हा शेवट व्हावा– ती रुमालाच्या कडेनं डोळे टिपते.

तिच्या जवळच उभा असलेला तरुण तिच्या खांद्यावर हलकेच हात ठेवतो.

डोन्ट बी सो सॅड, डार्लिंग. आफ्टर ऑल, तो अपघात होता. अपघाताला कोण काय करणार?

आवेग असह्य होऊन ती त्याला मिठी मारते. तो तिचं सांत्वन करतो.

बाळानं पोतडीतून एक नवी बाहुला-बाहुलीची जोडी बाहेर काढलेली असते. प्लॅस्टिकची.

तो त्या दोघांना एकमेकांच्या अगदी जवळ ठेवतो. मग बाजूला करतो. लांब ठेवतो. समोरासमोर, एकमेकांपासून निरनिराळ्या कोनांत कमी-जास्त अंतरावर ठेवून, तो निरखू लागतो...

(सहकार सेतु–दिवाळी अंक १९८०)

सुचेता चक्रपाणी आणि तिचा कोकिळकंठ

शतका-दोन शतकांमधून एखाद्याच वेळी जन्माला येणारी कलावती, सर्वश्रेष्ठ पार्श्वगायिका, सूरश्रेष्ठ कोकिळकंठी, कुमारी सुचेता चक्रपाणी, हिचा गाण्याचा आवाज ऊर्फ कोकिळकंठ, तिला एके दिवशी अचानक सोडून गेला.

एके दिवशी, म्हणजे नेमका कधी? —तर, पंतप्रधानांनी तिचा देशव्यापी पातळीवर सत्कार करून तिला 'कोकिळकंठी' असा किताब बहाल केला, त्याच्या बरोबर दुसऱ्याच दिवशी.

कुमारी सुचेता चक्रपाणी फार लहान वयात गाऊ लागली. अवघ्या दोन-चारच गाण्यांत तिच्या आवाजातल्या जादूने लोक भारले गेले. संगीताची दुनिया खाडकन उठून बसली आणि निसर्गाच्या या अपूर्व चमत्काराकडे अक्षरश: आऽ वासून पाहत राहिली. सुचेताच्या साध्या सिनेसंगीतातही संगीतमहर्षींना नादब्रह्माचा साक्षात्कार झाला. सुचेताचा सुस्वर हा अमृत, साखर आणि काकवी यांच्याप्रमाणेच माधुर्याची परिसीमा समजला जाऊ लागला. सुचेताचा कोकिळकंठ बनला आहे तरी कशाचा, हा सर्व विद्वानांमध्ये कायम कुतूहलाचा विषय झाला. कोणत्याही शरीरशास्त्रज्ञाला कधीही त्या सुस्वराचे पृथक्करण करता आले नाही. भौतिकवाद्यांनी नाइलाजाने, आपल्या सिद्धान्ताविरुद्ध जाऊन, केवळ दैवी गुण एवढेच त्याचे स्पष्टीकरण दिले. सुचेता चक्रपाणी देवी सरस्वतीचा पृथ्वीवरचा अवतार मानली जाऊ लागली. अपवाद केवळ एकाच गोष्टीचा. सरस्वती आणि लक्ष्मी या दोन देवतांमध्ये स्त्री- स्वभावानुसार नांदत असलेले नैसर्गिक वैर इथे पूर्णांशाने लुप्त झालेले होते. ऐन तारुण्यातच कुमारी सुचेतावर सहस्रधारांनी ऐश्वर्याचा वर्षाव होत होता. तिने चित्रपटांसाठी सतत गात राहावे आणि धनिकांनी तिच्यावर दौलतीची खैरात करून तिच्या गाण्याला दाद द्यावी, असा क्रम वर्षानुवर्ष अखंड चालला होता.

कोट्यवधी लोकांसाठी नित्य नवीनवी गाणी गाण्यात आणि त्यायोगे उसळणाऱ्या पैशांच्या महापुरावर गुंतवणुकींची धरणे बांधण्यात ही अद्भुत कलावती इतकी मग्न झाली होती की तिला चारचौघांत मिसळायला बिलकूल सवड होत नसे. त्यामुळे

तिला प्रत्यक्षात फारच थोड्यांनी पाहिले होते. म्हणा, पाहण्याची गरजच काय होती? तिचा स्वर तर सतत कानांवर पडत होता?

सुचेताने आजवर गायिलेली सहस्रावधी गाणी साऱ्या अवकाशात पसरली होती. त्यामुळे प्रत्येकालाच वाटे की ही कोकिळकंठी सतत आपल्या सहवासात आहे. तिचा आवाज आपल्या परिचयाचा आहे, नव्हे, घनिष्ठ मैत्रीतला आहे. मग तिचा चेहरा पाहण्याची गरज काय? किंबहुना, तिचा आवाज ऐकताना, त्यातील लावण्यामुळे जी मूर्ती डोळ्यांसमोर उभी राही, तिचे सौंदर्य कुठल्याही मानवी मूर्तीपेक्षा कितीतरी अधिक होते.

अशा या जगद्‌विख्यात गायिकेच्या सुवर्णसदृश आणि सुवर्णसंपन्न कारकिर्दीच्या रौप्यमहोत्सवाच्या निमित्ताने, पंतप्रधानांच्या विख्यात शुभहस्ते तिचा गुणगौरव करावयाचा, असे देशाने ठरविले. तिने आजवर आपल्या कानांवर स्वर्गीय सुस्वर उधळून केलेल्या उपकारांची अंशत: फेड म्हणून आखलेल्या या समारंभाला देशातल्याच नव्हे, तर परदेशांतल्याही संगीत तज्ज्ञांनी येऊन कुमारी सुचेताची उदंड प्रशंसा केली. खुद्द पंतप्रधानांनी, ज्या देशात कुमारी सुचेतासारखी स्त्रीरत्ने जन्माला येतात, त्याचा भूतकाळ आणि भविष्यकाळ हे दोन्ही उज्ज्वल आहेत आणि दिवसेंदिवस सर्वत्र गरिबी हटत चालल्यामुळे वर्तमानकाळही तितकासा अंधकारमय नाही, असे जाहीर केले व ठरल्याप्रमाणे सुचेताला 'कोकिळकंठी' हा किताब बहाल केला.

सत्काराला कुमारी सुचेताने अत्यंत नम्र उत्तर दिले की–

आमजनतेने माझ्यावर केलेल्या प्रेमाने मी धन्य झाले.

तिची ही नम्रता सर्वांनाच फार सुखद वाटली.

ती खटकली, ती फक्त तिच्या कोकिळकंठाला.

एकूण या संपूर्ण सत्काराविषयीच तो फार नाराज होता. आपल्यामुळेच सुचेताच्या गायकीचे सौंदर्य, आपणच सुचेतामधला दैवी गुण आणि लोक मनोमन प्रेग करतात, ते आपल्यावरच, असे असताना लोकांनी सुचेता चक्रपाणी या व्यक्तीलाच नावाजणे, हे खरे तर अन्यायाचे आहे, असे त्याला नेहमी वाटे. सुचेताचा आजचा अभूतपूर्व सत्कार तर आतापर्यंतच्या असंख्य जखमांवर मीठ चोळणारा होता. अन्यायाची परमावधी झाली होती.

सुचेता चक्रपाणीच्या स्वाभिमानी कोकिळकंठाला हे सहन झाले नाही.

–आणि सत्काराच्या दुसऱ्याच दिवशी तो तिला सोडून गेला.

सुचेता चक्रपाणी त्या दिवशी रोजच्याप्रमाणे सकाळी लवकरच उठली. शुचिर्भूत होऊन, तिने मनोभावे पूजाअर्चा केली आणि ती रियाजाला बसली.

रोज बरोबर साडेदहा वाजता सुचेतिला स्टुडिओत नेण्यासाठी शोफर गाडी बाहेर काढीत असे. त्या आधी फक्त अर्ध्या तासात सुचेता घाईघाईने तयारी करी. साधेपणासाठी ती प्रसिद्ध होती, त्यामुळे नट्टापट्टा करण्यात तिचा वेळ बिलकूल

खर्च होत नसे. दररोज, कपड्यालत्त्यांची देखभाल करणाऱ्या मावशीबाईंनी तयार ठेवलेली शुभ्र रेशमी साडी-ब्लाऊज, मोत्यांचा नेकलेस आणि हिऱ्यांची कुडी परिधान करून, आरशासमोर बरोबर पाच मिनिटेच उभे राहून सुचेता घराबाहेर पडत असे. सकाळच्या घाईगर्दीच्या कार्यक्रमातसुद्धा तिने गाण्याचा तासभराचा रियाज एकदाही चुकवला नव्हता. त्याला ती नादब्रह्माची उपासना म्हणत असे आणि देवाच्या पूजेइतकीच ती तिला महत्त्वाची वाटे.

रोजच्याप्रमाणे आजही सुचेता नादब्रह्माच्या उपासनेला बसली. पण काय आश्चर्य? आज गळ्यातून गाणेच येईना. तिच्या छातीत धस्स झाले. पूर्वी कधी काळी, कोणा मत्सरग्रस्त प्रतिस्पर्धी गायिकेने तिला विड्याच्या पानामधून शेंदूर घातला होता. त्यापैकीच तर हा प्रकार नव्हता? तिने पुन्हापुन्हा घसा साफ करून पाहिले. पण छे; घशाला काहीही झाले नव्हते. बोलण्याचाही आवाज जसाच्या तसाच होता. फक्त गाण्याचा आवाज मात्र गळ्यातून बिलकूल येत नव्हता.

सुचेता चक्रपाणी चक्रावून गेली. घाबरल्या गळ्याने तिने चार-दोन ताना घेऊन पाहिल्या. दोन-चार ओळी गुणगुणण्याचा प्रयत्न केला. पण कसचे काय आणि कसचे काय? गाणे म्हणून काही गळ्यातून फुटतच नव्हते. आपण सुचेता चक्रपाणीच आहोत ना?–विश्वविख्यात कोकिळकंठी गायिका–? मग आपल्याला गाता कसे येत नाही? आणि गाता येत नसेल, तर आपण सुचेता चक्रपाणी कशा असू? तिला काही समजेनासे झाले. कधीकधी विलक्षण ताण पडल्यानंतर, थकव्यानंतर किंवा आजारपणात, रेकॉर्डिंगची सगळी तयारी झालेली आहे आणि आपल्या तोंडून आवाजच फुटत नाहीये, अशी भयंकर दु:स्वप्ने तिला पडत असत. त्यांतलेच एखादे दु:स्वप्न तर आपण आता पाहत नाही? पण नाही–सगळे जागेपणीच चालले होते!

भीतीने आपल्याला चक्कर येईलसे तिला वाटू लागले. तिने मावशीबाईंना मोठमोठ्याने हाका मारून बोलावले. मोठ्याने हाका मारता आल्या, म्हणून ती अधिकच घाबरली. म्हणजे आवाज मुळीच बसलेला नाही? मग झाले तरी काय? गाण्याचा आवाज गेला कुठे?

हळूहळू सगळीच मंडळी तिच्याभोवती जमा झाली. कोणी कॉफी दिली, कोणी खडीसाखर दिली, कोणी आणखी कसल्या गोळ्या दिल्या. डॉक्टरांना बोलवावे किंवा नाही, यावर थोडी चर्चा झाली कारण सुचेताचा गाण्याचा आवाज, ही एक अत्यंत नाजूक बाब होती. त्याविषयी बाहेर काहीही उलटसुलट बोलले जाऊन चालले नसते. अखेरीस चक्रपाणी कुटुंबाच्या अगदी जवळच्या, अत्यंत विश्वासातल्या डॉक्टरांना बोलावणे गेले.

डॉक्टर आले. त्यांना अर्थातच, हा काय प्रकार आहे, हे कळण्याची सुतराम शक्यता नव्हती. तरीही अशा अमूल्य पेशंटचा विश्वास गमावू नये, म्हणून त्यांनी एक इंजेक्शन दिले आणि चार-पाचशे रुपयांची औषधे आणण्यासाठी सुचेताच्या नोकरास

पिटाळले. सुचेताला धीराने वागण्याचा उपदेश करून आणि सर्व काही ठीक होईल, अशी आशा व्यक्त करून ते विश्वासू डॉक्टर दुलतदुलत निघून गेले.

सुचेता रडतरडत बिछान्यात पडली. रडतरडतच तिने धीराने वागण्याचे नाटक चालू ठेवले आणि आपल्या हुशार सेक्रेटरीला बोलावून आणीबाणीच्या सूचना दिल्या. पहिली सूचना, आवाज गेल्याचे बाहेर कुठेही कळू न देण्याची. दुसरी, त्या दिवशीची सर्व रेकॉर्डिंग्ज रद्द करण्याची. परंतु सुचेता चक्रपाणीसारख्या बड्या प्रस्थाच्या हुशार सेक्रेटरीला त्या सूचना देण्याची गरजच नसते. हुशार सेक्रेटरीने आधीच प्रसंग ओळखून भराभर फोन करायला सुरुवात केली होती. घरात हाहा:कार माजला होता. काय झाले आहे, हे नेमके कळत नव्हते. तरीही कसली तरी भयंकर आपत्ती कोसळली आहे, आणि तिची वाच्यता बिलकुल करायची नाही, हे सर्वांनीच ओळखले होते.

कसाबसा तो दिवस उलटला. दुसराही दिवस गेला. सगळी औषधे घेऊन झाली. इंजेक्शन्स चालू होती; पण कणभरही फरक पडला नव्हता. फरक पडणार कसा? सुधारणा होणार कशी? इथे बिघडले काहीच नव्हते. नुसते नाहीसे झाले होते. आवाज खराब झाला नव्हता, आवाज निघूनच गेला होता. तोही बोलण्याचा नव्हे, गाण्याचा. तो औषधांनी परत कसा येणार? तो जिथे कुठे गेला असेल, तिथे औषधे थोडीच पोहोचणार? मनाच्या समाधानासाठी काहीतरी करायचे, इतकेच. आतून मात्र सुचेताला जाणवत होतं की आपला गाण्याचा आवाज आपल्याला सोडून गेला आहे आणि औषधे त्याला परत आणू शकणार नाहीत. आता आपल्याला नुसताच गळा आहे. डॉक्टरांनी सांगितल्याप्रमाणे तो ठाकठीक आहे, त्याचे काहीही बिघडलेले नाही. पण तो केवळ गळा आहे! कोकिळकंठ मात्र कुठेतरी चालता झाला आहे!

चार दिवस सतत रेकॉर्डिंग्ज रद्द केल्यानंतर सुचेता चक्रपाणीच्या हुशार सेक्रेटरीला प्रश्न पडला की निर्मात्यांना रोजरोज सबबी तरी कसल्या सांगावयाच्या? पण आवाज गेल्याचे तर इंडस्ट्रीत कळून चालले नसते. चित्रपट-धंदा हा इतका येडचाप धंदा आहे की तिथे पराभवाची फुंकरसुद्धा पडली, तरी यशाचा सगळा इमला कोसळतो! यश आणि अधिक यश यांचीच नौबत तिथे सदा वाजत राहावी लागते. तेव्हा सुचेताच्या आवाजाबद्दल काहीही सत्य सांगणे तिच्या लोकप्रियतेला बाधले असते. म्हणून त्याने वेगळीच शक्कल लढवली. बाई विश्रांतीसाठी पंधरा दिवस मुंबईबाहेर गेल्या आहेत, असे जाहीर करून टाकायचे त्याने ठरवले. आवाज परत यायला तेवढाच पंधरवडा मिळाला असता! शिवाय, यात खोटेपणा नव्हता. बाई खरोखरच सिमल्याबिमल्याला गेल्या, म्हणजे झाले! हवे तर आपणही त्यांच्याबरोबर जाऊन भणभणणारे डोके थंड करून येऊ! नाहीतरी महिनो न् गहिने, वर्षानुवर्षे सतत चाललेल्या बाईंच्या घोडदौड कामांमधून आपल्याला फुरसत कधी मिळाली आहे?

हुशार सेक्रेटरीने पहिल्यांदा घरोब्याच्या संगीत-दिग्दर्शिकाला—म्हणजे दिग्दर्शकांना—

म्हणजे अन्जान-बेजान या जोडगोळीला फोन लावला.

लूक हिअर, आय ॲम टेरिबली सॉरी.

कशाबद्दल?—फोन अर्थातच जोडगोळीने न घेता एकाच कुठल्या तरी जानने घेतला होता—

बाईचं कालचं गाणं तर इतकं वंडरफुल रेकॉर्ड झालंय! नुसत्या त्या एकाच गाण्यावर पिक्चर हिट जाईल. दोन महिन्यांच्या आत गोल्डन रेकॉर्ड—

कुठल्या गाण्याविषयी बोलताय तुम्ही? —जानच्या बोलण्याचा लोंढा कसाबसा थांबवीत हुशार सेक्रेटरीने विचारले.

काल जेजे अँड जेजे स्टुडिओत रेकॉर्ड झालेल्या, आहा! काय चाल आहे! वीस घंटे झाले, पण अजून डोक्यातून जात नाही!

यापुढे ती वीस घंटे टिकणारी चाल फोनवरून ऐकवली जाऊ लागली. मधल्या टुई टुई म्युझिकच्या तुकड्यांसकट.

सेक्रेटरीने चकित होऊन विचारले,

म्हणजे? काल रेकॉर्डिंग झालं?

बस काय? कालचा दिवस तुम्ही होता कुठं? काय हाशिशबिशिशचा स्टॉक मिळालाय् काय? असला, तर सांगा. माणूस पाठवून—

आय ॲम सॉरी. मी जरा बाईचा लंडनचा प्रोग्रॅम ठरवण्यात बिझी होतो. दुसऱ्या सेक्रेटरीनं हँडल केलं असेल— हुशार सेक्रेटरीची भूमिका चोख बजावीत त्याने सारवासारवी केली. चित्रपट-धंद्यात केव्हा बोलणे थांबवायचे, हे त्या अनुभवी माणसाला आता चांगलेच माहीत झाले होते.

हा आहे तरी काय प्रकार? त्याचे डोके गरगरू लागले. रेकॉर्डिंग झाले कसे? बाई तर दिवसभर अंथरुणात होत्या. तासातासाने उठून औषधमिश्रित पाण्याच्या गुळण्या करीत होत्या. पण मग या कुठल्या तरी एका जानने रेकॉर्डिंग झाल्याचे सांगितले, ते कुणाचे? म्हणे, वीस घंटे झाले. पण गाणे डोक्यातून—

भुताटकीचा प्रकार व्हावा, तसे वाटत होते; पण हुशार सेक्रेटरीने आपली घबराट कुणाकडे बोलून दाखवली नाही. त्याआधी त्याने, आणखी दोन-तीन कुमारांना आणि तीन-चार लालांना फोन केले. एका दासानी निर्मात्याकडे आणि एका कुमारी अभिनेत्रीकडेही चौकशी केली. त्यावरून अशी माहिती मिळाली की गेल्या दोन दिवसांत कोकिळकंठी सुचेता चक्रपाणीच्या आवाजात दोन सॅड साँग्ज, एक डिस्को गाणे, दोन द्वंद्वगीते, एक भजन आणि एक लोरी, इतके रेकॉर्ड झाले आहे. या रेकॉर्डिंग्जच्या दरम्यान बाईशी प्रत्यक्ष बोललात का? यावर मिळालेले उत्तर असे होते की बाई कधीच फारशा बोलल्या नाहीत. ठरल्या वेळी त्यांचा आवाज त्या त्या स्टुडिओत रेकॉर्डिंग रूममध्ये हजर झाला आणि संगीत-दिग्दर्शकाने सांगितलेल्या

चाली नेहमीच्याच शिताफीने क्षणार्धात टिपून, त्यात स्वत:चे भावमाधुर्य मिसळून, श्रोते मंत्रमुग्ध असतानाच काम आटोपून चालता झाला. निर्मात्याने पुढे केलेली पैशांची बंडले बरोबरच्या व्यक्तीने बॅगेत भरली.

हुशार सेक्रेटरी आता गोंधळून जाण्याच्या पलीकडच्या अवस्थेला पोहोचला होता. साध्या चीटिंगपासून, ते दुहेरी व्यक्तिमत्त्व, हिप्नॉटिझम आणि ट्रान्सेन्डेन्टल मेडिटेशनपर्यंत सर्व गोष्टी त्याच्या मनात क्रमाक्रमाने येऊन गेल्या आणि एकेक करून ढासळून पडल्या. शिवाय ही गोष्ट कुणाहीकडे बोलता येण्याजोगी नव्हती की कुणाला तिचे स्पष्टीकरण विचारण्याजोगे नव्हते. सतत छत्तीस तास किंवा दीड दिवस तो स्वत:शीच विचार करीत, या परमिट-रूममधून त्या बारमध्ये, स्कॉचपासून हातभट्टीपर्यंत सारे मद्यप्रकार ढोशीत राहिला. मेंदू अशा काही हादरलेल्या अवस्थेत पोहोचला होता की कसल्याही दारूची नशा चढत नव्हती. विचारांची कोळिष्टके अधिकाधिक गुंतागुंतीची होत होती.

अखंड छत्तीस तासांच्या विचारकल्लोळानंतर एकदम डोक्यात सूर्य उगवला. सगळे स्वच्छ झाले. हुशार सेक्रेटरी सुचेता चक्रपाणीच्या बंगल्यावर लटलटत्या पायांनी पोहोचला. सरळ सुचेताच्या बेडरूममध्ये शिरला. जेमतेम तिची चालू गुळणी तस्तात पडेपर्यंत थांबला आणि मग घाईगर्दीने म्हणाला,

बाई, रहस्याचा उलगडा झालेला आहे!

कुठल्या?

तुमचा आवाज–

–त्याचं काय?

तो तुम्हांला सोडून गेला! आता तो स्वतंत्रपणे गाणी रेकॉर्ड करतो आहे...

–सेक्रेटरी, तुम्हांला चढली आहे!

–दुर्दैवानं पुरेशी नाही. हे गौडबंगाल विसरता यावं, यासाठी मी कालपासून दारूखेरीज दुसरं काहीच प्यायलेलो नाही. पण त्यामुळे उलट माझा मेंदू स्वच्छ धुतला गेला आणि लगेच मला सत्याचा साक्षात्कार झाला. दारू न पिता हे गूढ उलगडायला आणखी कितीतरी दिवस लागले असते...

सेक्रेटरीच्या विचारशक्तीविषयी शंका घेणे, त्याच्याशी वाद घालणे किंवा नुसतेच गोंधळून जाणे, यांतले काहीही करण्याइतकी सुचेता चक्रपाणी सामान्य नव्हती. सेक्रेटरीच्या म्हणण्याचा अर्थ, चार-दोन मिनिटांतच तिच्या पूर्णपणे ध्यानात आला. आपल्यावर कसले संकट कोसळले आहे, हे तिला चांगले समजले आणि एकाएकी आभाळातून वीज अंगावर पडावी, तशी तिची अवस्था झाली.

इकडे कोकिळकंठ पूर्वीप्रमाणेच सतत परिश्रम करून गाणी म्हणत होता आणि वारेमाप पैसे मिळवीत होता. संगीत-दिग्दर्शकांची एवढीशी देखील अडचण होऊ

देत नव्हता. त्यामुळे कुणाचीच काही तक्रार असायचे कारण नव्हते. रोजच्या रोज, त्याच, ओळखीच्या, आकर्षक आवाजाच्या नव्यानव्या गाण्यांच्या सुरेल तबकड्या बाहेर पडत होत्या, त्यामुळे जनतेलाही काही वेगळे वाटत नव्हते. सगळे कसे अगदी सुतासारखे सरळ चालले होते.

नाही म्हणायला कोकिळकंठाची एवढीच तक्रार होती की लोक त्याच्याबरोबर पूर्वीप्रमाणेच सुचेता चक्रपाणीचे नाव जोडीत होते. सुचेताला प्रत्यक्ष पंतप्रधानांनी 'कोकिळकंठी' हे बिरुद दिल्यापासून ध्वनिमुद्रिकांवर 'कोकिळकंठी सुचेता चक्रपाणी' असेच नाव लिहिले जायचे. कोकिळकंठाने याला हरकत घेऊन नुसते 'कोकिळकंठ' एवढेच लिहिण्याचा आग्रह धरला. तबकड्यावाल्या कंपन्यांची याही गोष्टीला हरकत नव्हती, तरीही कधी कधी बिरुदापुढे नाव यायचेच. पण ते चुकूनमाकून. कारण मुळात नावाचे सोयरसुतक निर्मात्यांना नव्हते आणि पब्लिकलाही. त्यांचे काम होते, ते त्या आवाजाशी. त्यातून ते 'कोकिळकंठ' हे 'को.कं.सु.च.' या संपूर्ण लांबलचक नावाचे लघुरूप समजत. म्हणून ज्या काही थोड्याफार सफेद पैशांचा चेक निघायचा, तो 'कोकिळकंठ' या नावावर देण्यास कोणीही खळखळ करीत नसे. बँकेत नवे खाते उघडले गेले होते, ते याच नावाचे.

अशा रीतीने, सुचेता चक्रपाणीचे जे काय हरवले, त्याचा बाहेर अजिबात गाजावाजा झाला नाही आणि तिचे माहात्म्य पूर्वीसारखेच कायम राहिले. तरीही ती मात्र, जे गेले, त्याच्या दुःखाने वेडीपिशी झाली होती. तिचा जणू जगण्याचा हेतूच संपुष्टात आला होता. आवाज जाण्यापेक्षा आपले प्राण का गेले नाहीत, असे तिला वाटत होते. त्यातून तो आवाज नुसता नाहीसा झाला नव्हता, तर तिच्या दुःखावर डागण्या देत स्वतंत्रपणे गात होता. रोज स्वतःच्या त्या आवाजातली, पण स्वतः न म्हटलेली नवीन नवीन गाणी तिच्या कानांत उकळत्या तेलाप्रमाणे शिरत आणि स्वतःचे हे जिवंत मरण पाहताना तिला असह्य यातना होत.

सुचेताच्या या यातना न पाहवून आणि मुख्य म्हणजे, हे जर असेच चालू राहिले, तर येथे आपली गरज राहणार नाही व आपण नोकरीस मुकू, हे लक्षात घेऊन तिच्या हुशार सेक्रेटरीने एक अव्वल बेत रचला. कोकिळकंठाच्या रेकॉर्डिंग स्टुडिओत एके दिवशी तो स्वतः हजर झाला. रेकॉर्डिंग संपताक्षणी कोकिळकंठाच्या पाठोपाठ झपाझप उतरून खाली आला आणि त्याच्याबरोबरच एका झटक्यात गाडीत चढून बसला. कोकिळकंठाने शुभ्र रेशमी साडी परिधान केल्यामुळे कोकिळकंठी सुचेताच शेजारी बसल्याचा भास त्याला होत होता. नीट निरखून पाहिल्याशिवाय ती सुचेता नाही, हे कुणालाही जाणवले नसते. इंडस्ट्रीतले सगळे लोक कायम घाईत. कुणालाही काही निरखत बसायला वेळ नाही आणि सगळ्यांचे काम केवळ त्या आवाजाशी. म्हणून कोकिळकंठामध्ये सुचेताच्या रूपरंगाचा अभाव आजवर

कुणालाही जाणवलेला नाही, हे त्या हुशार सेक्रेटरीच्या तात्काळ ध्यानात आले.

कोकिळकंठ बराच वेळ गप्प बसून राहिला. तो गाण्याचा आवाज असून बोलण्याचा नाही. त्यामुळे तो फारसे बोलणार नाही, हेही त्या हुशार सेक्रेटरीने मनोमन जाणले. शेवटी तो स्वतःच म्हणाला–

'परत नाही का येणार?

कुठे?–पातळ, अतिमधुर आणि दिव्याच्या ज्योतीसारखा थरथरता आवाज.

सुचेता चक्रपाणीकडे.

कशाला?

तू तिचा आवाज आहेस.

मी कुणाचाच नाही. मी स्वतंत्र आहे–किंचित कुचेष्टेचा, हसल्यासारखा स्वर– त्याला कुणाशीही बांधून राहण्याची गरजच काय?

तिला गरज आहे. म्हणून तरी...

तिची गरज हा माझा प्रश्न नाही.

तुझी तिच्यावर थोडीसुद्धा निष्ठा नाही?

माझी निष्ठा फक्त संगीतावर आहे. संगीताच्या ध्यासानं मी रात्रंदिवस श्रम करतोय!

एकूण सुचेताला तू पूर्णच बुडवायचं ठरवलंयस, तर–!

छे, छे! मी असं कशाला करू? माझा तिचा संबंधच काय?

यावर काय बोलावे, हेच त्या हुशार सेक्रेटरीला सुचेना. आपली भाषाच जणू त्या आवाजाला समजत नाहीये, असे त्याला वाटले. आवाज कधीचा निःशब्द झाला होता. गाडी जिथे थांबली, तिथे हुशार सेक्रेटरी खाली उतरला.

बंगल्यावर जाऊन त्याने हे सारे सुचेताला तपशीलवार सांगितले. आपला कोकिळकंठ परत येण्याची आशा तिने आता सोडावी, असाही सल्ला त्याने तिला दिला. (तो हुशार माणूस आता स्वतःच कोकिळकंठाकडे सेक्रेटरीची नोकरी पत्करावी, असा विचार करीत होता.)

पण सुचेता चक्रपाणी ही कच्च्या दिलाची मुलगी नव्हती. आज इतकी वर्षे ती संगीताच्या दुनियेची सम्राज्ञी होती. तिला सवय होती, ती आज्ञा करण्याची. कोणाचे ऐकून घेण्याची नव्हे. मग तो स्वतःच्याच कोकिळकंठाचा शब्द का असेना! गोष्टी आता फार पुढच्या थराला गेल्या होत्या. आज ना उद्या हे सगळे उघड्यावर येणारच होते. मग ते जगजाहीर होईल, याची भीती किती दिवस बाळगायची? तिला सरळसरळ डावलून गाणी म्हटली जात होती. ती लोकप्रियही होत होती. ही उपेक्षा किती दिवस सहन करायची? आजवर एकही गायक-गायिका सुचेताच्या स्थानाच्या जवळपासदेखील पोहोचू शकली नव्हती आणि आता मात्र तिच्या स्वतःच्या कोकिळकंठाने तिचा आवाजच बंद करून टाकला होता. हा अपमान किती दिवस सहन करायचा?

त्यातून मिळकतीचा ओघही आता संपूर्णपणे कोकिळकंठाकडेच वळला होता. हे किती दिवस चालू द्यायचे?

ते काही नाही. आता कोकिळकंठाला धडा शिकवायलाच हवा होता...

ॲडव्होकेट चारुहासना फोन करून बोलावून घ्या–तिने सेक्रेटरीला आज्ञा केली.

चारुहास? सेक्रेटरी हुशार असूनही बुचकळ्यात पडला. तुम्हीच तर त्यांना इतके दिवस टाळत आलात ना? महिनाभरापूर्वी तुम्हीच त्यांना अजून दोन महिने तरी भेटू शकणार नाही–असा निरोप पाठवलात...

अर्थातच. असे निरोप या सगळ्याच मंडळींना जायचे. ॲडव्होकेट चारुहास, फाइव्ह स्टार हॉटेल्सच्या चेनचा मालक परमेश्वरन्, एक्स-क्रिकेट कॅप्टन वैष्णव, पाच पिक्चर्स ओळीने ज्युबिली हिट झाल्यानंतर एकाएकी फ्लॉप झालेला चैतन्यकुमार... सगळेच सुचेताचे परमभक्त होते. सुचेतानेच त्यांना चार हात लांब ठेवले होते, म्हणून; नाहीतर ते तिच्या पायांवर लोळण घ्यायला तयार होते. त्यांतल्या काहींनी तर कुठल्याही क्षणी तिच्याशी लग्न करण्याची तयारी दाखवली होती. अगदी चारुहासनेसुद्धा; पण बेभानपणे गाणाऱ्या सुचेताला पायांत कसल्याच बेड्या नको होत्या. सोन्याच्या–अगदी प्लॅटिनमच्यादेखील.

आज परिस्थिती थोडी बदलली होती. ॲडव्होकेट चारुहासचा आधार वाटू लागला होता. आपल्या गाण्यावर त्याचं किती प्रेम! तो नक्कीच यातून काही मार्ग काढील–!

–सुचेता चक्रपाणीने बोलावले आहे, असा निरोप मिळताक्षणीच ॲडव्होकेट चारुहासने आपल्या भोवतालच्या अशिलांचा वेढा तोडला आणि तो गाडीत बसला. मध्ये केवळ एक सोन्याचा हार घेण्यापुरता रणछोडभाई ज्युवेलर्सच्या दुकानाशी थांबून तो तडक सुचेताच्या बंगल्यावर पोहोचला.

सुचेता चक्रपाणीने हाराची पेटी उघडून पाहिली–आणि उदासपणे हसून ती म्हणाली,

माझ्या गळ्याचं असं कौतुक नको-वेगळं हवं–

गैरसमज होऊन ॲडव्होकेट चारुहास तिच्या गळ्याचे चुंबन घेण्यासाठी पुढे वाकला; पण सुचेता शिताफीने बाजूला झाली.

मग तिने सारी हकिगत काहीही लपवून न ठेवता सांगून टाकली.

चारुहासचा विश्वास बसायला अर्थातच थोडा वेळ लागला; पण स्वत: वकीलच असल्यामुळे, जगात काहीही घडू शकते, हे त्याला ठाऊक होते. होत्याचे नव्हते करणे, हा तर त्याचा उद्योगच होता. कोकिळकंठाला कोर्टात खेचून मी तुला न्याय मिळवून देईनच देईन, असे वचन त्याने तिला दिले. अर्थातच, कलावंत म्हणून तिच्या जीवन-मरणाचा प्रश्न अशा रीतीने सोडवल्यास, त्याबद्दल तिने त्याला जन्माची साथ द्यायची, अशी लहानशी अट घालायला तो मुरब्बी वकील विसरला नाही.

कोकिळकंठावर समन्स बजावणे कोर्टाला अतिशय कठीण गेले. कुठल्याही

व्यक्तीला लागू पडणाऱ्या सर्वसाधारण कायद्याची अंमलबजावणी करताना, इथे आधी आवाज ही व्यक्ती होऊ शकते का, याच प्रश्नाचा मोठा खल करावा लागला. व्यक्तित्व नसलेल्या अस्तित्वाला कोर्टासमोर आणायचे तरी कसे? त्याला स्त्रीचे कायदे लावायचे की, पुरुषाचे, हे ठरवणेही कठीण होते. त्यातून केस कसली करायची?–विश्वासघाताची, सोडून गेल्याची की, संपत्तीचे अपहरण केल्याची? कारण यांतली प्रत्येक गोष्ट इथे, म्हटली, तर होती; म्हटली, तर नव्हती.

परंतु आपल्या देशात नामवंत आणि धनवंत अशा मंडळींना कायद्याची फारशी आडकाठी होत नाही. त्यांची बूज राखण्यासाठी कायद्याने अनेक तरतुदी केलेल्या असतात. अशाच पद्धतीने कायदा आपटून-थोपटून, त्याला तेल लावून, तूप लावून, मनाजोगता आकार देऊन ॲडव्होकेट चारुहासने कोकिळकंठाला कोर्टात उभे केले.

(येथे खटल्याचे वर्णन करीत बसत नाही. बातमी बाहेर आल्या क्षणापासून लोकांत विलक्षण खळबळ उडाली, जनमानस प्रक्षुब्ध झाले, कोर्टात रोज तुडुंब गर्दी होऊ लागली, वृत्तपत्रांनी पुरवण्या काढल्या, सत्यघटनांवर आधारित नाटके लिहिणारे नाटककार सरसावले, चित्रपटाचे हक्क विकत घेतले गेले वगैरे वगैरे. कुठल्याही सनसनाटी घटनेच्या वेळी जे घडते, ते सगळे येथे घडले, हे चाणाक्ष वाचकांनी जाणले असेलच. नसल्यास पाहा : कुठल्याही नामवंत व्यक्तीविरुद्ध कोणीही, मूळ खटला! त्यावर आधारलेले नाटक अथवा चित्रपट नव्हे.)

ॲडव्होकेट चारुहास सुचेताच्या बाजूने पराकाष्ठेची लढत देत होता, कारण सुचेता खटला जिंकली असती, तरच तो तिला जिंकू शकणार होता.

मिलॉर्ड–

असंख्य चित्रपटांतील निर्णायक कोर्ट-रूम सीन्समधल्या प्रभावी वकिलाच्या पवित्र्यात तो म्हणाला,

मिलॉर्ड, माझ्या अशिलाच्या असहायतेचा फायदा घेऊन आरोपीनं तिला पुरतं लुटलेलं आहे. तिच्या नावाचा गैरवापर करून आपली तुंबडी भरलेली आहे. (–यानंतर, कोर्टात हजर असलेल्या जनतेच्या डोळ्यांना धारा लागेपर्यंत सुचेताच्या दु:खाचे वर्णन चालले. मग–) तरी बेइमान झालेल्या या कोकिळकंठानं तात्काळ आपल्या मालकिणीकडे परत यावं! माणसं एकमेकांशी बेइमान होतात, ती पक्ष बदलू शकतात. आपल्या देशात राहून दुसऱ्या देशाचे गोडवे गातात, आपला धर्म मोडीत काढून दुसऱ्या धर्माला सहिष्णुता दाखवतात, मातृभाषा हलकी समजून सार्वभाषिक होतात, हे सगळं जरी खरं असलं, तरी ते आता रोजचंच झालं आहे. अजून गोष्टी या थराला गेलेल्या नाहीत की, माणसाच्या शरीरानं त्याच्याशी दगलबाजी करावी! मग कोकिळकंठाला आपल्या मालकिणीपासून वेगळं होण्याचं कारणच काय? आजवर ती एक विश्वविख्यात पार्श्वगायिका म्हणून जगली; पण

आता आवाज परत न मिळाल्यास ती कायमची आयुष्यातून उठणार आहे! तिच्या या दुर्दशेची संपूर्ण जबाबदारी तिच्या कोकिळकंठावरच राहील!

(कोर्टात उसासे आणि हुंदके.)

यानंतर संगीत-क्षेत्रातल्या अनेकांच्या साक्षी झाल्या. परंतु त्यांच्यांत काही दम नव्हता. दुर्दैवाने संगीत-दिग्दर्शक, रेकॉर्डिस्ट, वादक यांपैकी कुणालाही सुचेता चक्रपाणी आणि तिचा आवाज यांच्यांत काही फरक करता येत नव्हता. त्यांच्या लेखी कोकिळकंठ म्हणजे सुचेताच होती. तिने आजवर त्यांना जे सहकार्य दिले होते, तेच तिच्या आवाजाकडून आजही मिळत होते आणि त्यांची कसली म्हणजे कसली गैरसोय होत नव्हती.

निर्मात्यांनी तर यावरही कडी केली. ते सुचेता चक्रपाणीला तर सोडाच, पण संगीतकलेलाही जाणत नव्हते. तरीही त्यांचे चित्रपट गाण्यांवर हिट जात होते, यावर ते खूष होते. आजकाल रेकॉर्डिंगचा खर्च अव्वाच्या सव्वा-दीड-पावणेदोन झाला आहे, अशीही तक्रार ते करीत होते; परंतु त्याचा खटल्याशी संबंध नसल्याचे बजावून न्यायाधीशांनी त्यांना गप्प केले.

जनतेच्या प्रतिनिधींच्या ज्या साक्षी झाल्या, त्यांच्यापैकी उच्चवर्गीय साक्षीदारांनी आपण चित्रपट-संगीत ऐकणे कमीपणाचे समजतो, असे सांगितले. मध्यमवर्गीय लोक परंपरा, संस्कृती वगैरेंविषयी खूप बोलले, पण ते सारे मुद्द्याला सोडून होते. कनिष्ठ वर्ग गाण्यांवर खूष होता. ऑर्केस्ट्राचे कार्यक्रम अधिक व्हावेत, असे त्यांचे म्हणणे होते. सुचेता चक्रपाणीच्या हालांचे जे हृदयद्रावक वर्णन वकीलसाहेबांनी केले, त्यामुळे त्यांना तिच्याविषयी पुरेपूर सहानुभूती वाटत होती; परंतु ती एक पार्श्वगायिका आहे, हेच मुळी त्यांपैकी फार थोड्यांना माहीत होते.

आता खटल्याचा निकाल, कोकिळकंठाच्या बाजूने काय बचाव दिला जातो, यावर सर्वस्वी अवलंबून होता.

कोकिळकंठाने वकील दिला नव्हता. त्याने स्वतःच बचावाचे भाषण सुरू केले!

ॲडव्होकेट चारुहासांनी काढलेले बिनतोड मुद्दे तो कसे खोडून काढतो, इकडेच सर्वांचे डोळे–किंबहुना कान लागले होते!

मिलॉर्ड–

तो अतिमधुर आवाज एखाद्या दर्दभऱ्या आलापीसारखा गुंजू लागला–

मिलॉर्ड–मी स्वतःचा बचाव करण्यासाठी उभा नाही–मी दाद मागायला उभा आहे! आपल्याला मी स्मरण देतो की, हा खटला, मी आणि सुचेता चक्रपाणी यांच्यांतला नसून हे कला आणि कलावंत यांच्यामधलं शाश्वत भांडण आहे. हात, पाय, नाक, डोळे हे जसे माणसाचे स्वतःचे असतात, तशी कला त्याची स्वतःची असते काय? गाण्याचा आवाज म्हणजे गळा आणि मान का? कलावंताची आपल्या

कलेवर मालकी असते का? विद्वान न्यायाधीशसाहेबांनी आधी याचा निर्णय द्यावा.

विद्वान न्यायाधीशसाहेब बुचकळ्यात पडलेले दिसले. यापूर्वी असा खटला त्यांनी कधीच चालवलेला नव्हता.

मिलॉर्ड–आता मुख्य चीज सुरू झाली होती– फिर्यादीच्या वकिलांकडून आणि त्याआधी तिच्या सेक्रेटरीकडून मला वारंवार असं सुचवण्यात आलेलं आहे की, मी सुचेता चक्रपाणीकडे परत जावं. पण मला कळत नाही की, मी कां जावं? वकीलसाहेब तिला माझी मालकीण म्हणाले, ते ऐकून मला परमावधीच्या वेदना झाल्या. सुचेता चक्रपाणी माझी मालकीण कशी? मी थोडाच तिचा गुलाम आहे? कला ही काय कलावंताची बटीक असते? ती थोडीच त्याच्यावर अवलंबून असते? उलट, तोच तिच्यावर संपूर्ण अवलंबून असतो. मिलॉर्ड, मी जर सुचेता चक्रपाणीवर अवलंबून असतो, तर स्वतंत्रपणे कसा काय काम करू शकलो असतो? याउलट, वकीलसाहेब म्हणतात की सुचेता चक्रपाणीकडे मी परत न गेल्यास ती आयुष्यातून उठणार आहे. याचाच अर्थ असा का ती सर्वस्वी माझ्यावर अवलंबून आहे. मी मात्र स्वतंत्र आहे. तिच्याकडे परत जाण्याचं कुठलंही कारण मला दिसत नाही. मी तिची एक पैही घेतलेली नाही. सध्या मी जे काही मिळवीत आहे, ते माझ्या स्वत:च्या गुणांवर आणि परिश्रमांवर. याउलट, फिर्यादीनं इतकी वर्षं जो पैसा, जे नाव मिळवलं, ते माझ्या– सर्वस्वी माझ्याच जिवावर. इतक्या वर्षांचा हिशेब करून हे पैसे मला परत मिळायला हवेत. नाव ती स्वत:साठी ठेवू शकते. मला पैशाचं महत्त्व वाटत नाही–परंतु रसिकांची मान्यता? आजवर फिर्यादी सतत माझ्या आणि रसिकांच्यामध्ये आली. माझ्या कामगिरीचं सारं श्रेय तिनं स्वत:कडे घेतलं. तो अडथळा आज मी दूर केला आहे! माझ्यावर इतकी वर्षं झालेल्या घोर अन्यायाचं मी निराकरण केलं आहे. बोला, न्यायाधीश महाराज, यापुढं तुम्ही हा घोर अन्याय असाच चालू देणार की न्यायाला पाठिंबा देणार?

आरोपीनंच असा उत्कट प्रश्न विचारल्यानंतर न्यायाधीश गोंधळून गेले. कलेवर कायद्याने अनेकदा बंधने घातली होती, परंतु या खटल्यात तसे करणे कठीण वाटत होते. अखेरीस त्यांना कोकिळकंठाच्याच बाजूने न्याय देणे भाग पडले. कलावंताचा जरी व्यक्ती म्हणून गौरव होत असला, तरी हा खरं तर त्याच्यातल्या कलेचाच गौरव असतो. कला ही कलावंताची गुलाम नसून ती स्वतंत्रच असते, असे खूप लांबलचक, काहीबाही बोलून त्यांनी सुचेता चक्रपाणीला समज दिली. कोकिळकंठाचे देणे शक्य तेवढ्या लवकर देऊन टाकण्यास फर्मावले आणि कोकिळकंठाची सन्मानपूर्वक मुक्तता केली.

सुचेता चक्रपाणी अधिकच मोठ्या संकटात पडली. कोर्टाच्या आज्ञेप्रमाणे, परत करायला आता पैसे आणायचे कुठून? ते तर कधीच खर्च होऊन गेले होते. प्रथम श्रेणीच्या सर्वच गायक-गायिकांप्रमाणे तिनेही आवाजाचा विमा उतरवला होता. परंतु आवाज नाहीसा झालेला नाही, स्वतंत्र झाला आहे, या मुद्द्यावर बोट

ठेवून विमा कंपनीने नुकसान-भरपाई नाकारली. बिचारी सुचेता चक्रपाणी! आता तिच्या हातात काहीच उरले नाही. गाणे गेले, वैभवाचा मार्ग बंद झाला, होता–नव्हता तो पैसा जाण्याची वेळ आली. नावही गेल्यातच जमा होते–कारण या जगजाहीर खटल्यानंतर गैरसमजानेसुद्धा कुणी तिला गायिका म्हणणार नव्हते! तिच्या कंठाने तिचा गळा पुरता कापला होता!

आता एकच आशा होती. कलावतीचे नाही, तरी सामान्य स्त्रीचे सुखी जीवन जगण्याची! आपण कधी काळी गात होतो, हे विसरणे मरणप्राय होते, पण स्त्री असल्याचा फायदा घेऊन ती एखाद्या यशस्वी माणसाशी सुखी संसार करू शकत होती. अखेरीस अॅडव्होकेट चारुहासची लग्नाची मागणी पत्करायची आणि एक आदर्श गृहिणी म्हणून उरलेले आयुष्य घालवायचे, असा निर्णय सुचेताने घेतला.

खटला हरल्यापासून चारुहास तिला भेटलेलाच नव्हता. खटला हरल्यानंतर बापडा कुठल्या तोंडाने लग्नाच्या मागणीची आठवण देणार? पण त्याच्या अपयशाची त्याला उदार मनाने क्षमा करून आपणच त्याचा स्वीकार करावा, असे सुचेताने ठरवले. हो, व्यावसायिक अपेशाची शिक्षा खासगी आयुष्यात कशाला?

तिने अॅडव्होकेट चारुहासला तातडीचा निरोप पाठवला, पण दुर्दैवाने त्याच दिवशी त्याला एका अशिलाला भेटायला परगावी जायचे होते. चार दिवसांनी परत आल्यानंतर तो तिला आपणहून भेटणार होता.

त्याची पुरते पंधरा दिवस वाट पाहून तिने परत निरोप पाठवला, पण त्यानंतर पुढचे तीन दिवस तो मेडिकल चेकअप्साठी हॉस्पिटलमध्ये दाखल व्हावयाचा होता.

तिसऱ्या निरोपाच्या वेळी बार कौन्सिलची पार्टी होती.

चौथ्या निरोपाच्या वेळी तो एका समारंभाचा अध्यक्ष होता.

पाचव्या निरोपाच्या वेळी त्याच्या घरी पाहुणे यावयाचे होते.

सहाव्या...

–पण त्यानंतर सुचेताने निरोप पाठवणे सोडून दिले. ती काय समजायचे, ते समजून चुकली होती. तिचे व्यावसायिक अपयशच तिच्या खासगी आयुष्यात भिनत चालले होते. सेक्रेटरीने आणलेल्या बातमीनुसार, अॅडव्होकेट चारुहास आता एका उदयोन्मुख आणि उज्ज्वल भविष्याची गॅरंटी असलेल्या षोडशा चित्रतारकेच्या प्रेमात पडले होते.

–सेक्रेटरीने सुचेताला सांगितलेली ही शेवटची बातमी, कारण त्यानंतर लगेच तो हुशार सद्गृहस्थ तिची नोकरी सोडून निघून गेला.

सुचेता चक्रपाणी आता एकटी–अगदी एकटी राहिली. जिला दिवसभरात क्षणाची उसंत नसे, तिला आता कामावाचून दिवस खायला येऊ लागला. सतत माणसांनी वेढलेली ती लोकप्रिय कलावती आता कुणाचा फोन तरी येईल का, याची

वाट पाहू लागली. पण नाही. कुणी भेटत नव्हते की कुणी बोलत नव्हते. जसे काही जग तिला ओळखेनासेच झाले होते. जगाचेही बरोबर–एके काळी ते तिला कोकिळकंठी गायिका म्हणून ओळखत होते. आता तो कोकिळकंठच गेल्यानंतर त्याने तिला कोण म्हणून ओळखावे?

–पण मग मी–माझा स्वभाव–माझं बोलणं-चालणं-रंगरूप–याला काहीच किंमत नाही का? सुचेता पुन्हापुन्हा हाच प्रश्न स्वत:ला विचारीत होती. आवाज होता, तोवरच का मी 'मी' होते? मग आता मी कोण आहे? कला सोडून गेल्यानंतर कलावंत कोण असतो?

खरंच! –कोण असतो?

पण यानंतर सुचेता चक्रपाणी जगाला इतकी अज्ञात झाली की तिचे पुढे काय झाले, हे कळूच शकले नाही. कदाचित तिने आपला भयाण एकटेपणा असह्य होऊन आत्महत्या केली असेल, कदाचित तिच्याशी लग्न करण्यात एके–काळी अहमहमिका करणाऱ्या धनवंत–नामवंतांपैकी एकेकाची निष्ठा पडताळून पाहिल्यानंतर शेवटी तिने एखाद्या सामान्य माणसाशी विवाह केला असेल! कदाचित यापुढे आपण कधीच गाऊ शकणार नाही, हे पक्के झाल्यामुळे तिने एखाद्या वृत्तपत्रात संगीताविषयी मार्मिक समीक्षणे आणि बुद्धिनिष्ठ टीकालेख लिहायला सुरुवात केली असेल! ...काही माहीत नाही; आणि माहीत करून करायचे आहे काय?–कारण सुचेता चक्रपाणीचा आवाज तिला सोडून गेला, इथे जरी ही गोष्ट सुरू झाली असली, तरी तिच्यापुरती ती खरे म्हणजे तिथेच संपलेली आहे!

वाचकहो, तुम्हांला विश्वासात घेऊन सांगायचे, तर ही गोष्ट अशी संपवायचे माझ्या बिलकूल मनात नाही. सुचेता चक्रपाणीचा कोकिळकंठ तिच्याकडे कुठल्या ना कुठल्या कारणाने परत आला आणि कलावंतच कलेपेक्षा मोठा असतो, हे त्याने मान्य केले, कलावंताशिवाय कलेला स्वतंत्र अस्तित्व नाही. सबब मला पदरात घे, असे सुचेताला विनवून त्याने सपशेल शरणागती पत्करली, हाच माझ्या मते या कथेचा योग्य शेवट आहे! पण... पण काय झाले आहे, माहीत नाही–पण हा लिहिणारा हात अलीकडे मला न जुमानता स्वत:ला हवे असेल, तेच लिहून ठेवू लागला आहे. कधी कधी मला अशीही भीती वाटते की... की...

(गोगोलच्या 'दि नोज' या कथेत एका सद्गृहस्थाचे नाक हरवते. त्यावरून ही कथा सुचली. त्यापलीकडे ती स्वतंत्र आहे. ही एक अद्भुतिका (फॅंटसी) असल्यामुळे कुठल्याही वास्तव प्रसंगाशी वा व्यक्तीशी तिचा काहीही संबंध नाही. तो सूचित करण्याचाही हेतू नाही.)

(अक्षर–दिवाळी अंक १९८४)

नाइटमेअर

पद्मभूषण पद्मनाभ चंदावरकरांची पांढरीशुभ्र मारुती त्यांच्या 'बाराखडी' बंगल्याच्या फाटकासमोर थांबली.

सुविख्यात साहित्यिक पद्मनाभ चंदावरकर, एका खांद्यावरची शाल आणि दुसऱ्या खांद्यावरची शबनम पिशवी सांभाळीत खाली उतरले. शाल धारण करणं त्यांना त्यांच्या अलीकडच्या वैभवशाली, जनजागरणवादी आणि सांस्कृतिक प्रतिमेमुळे भाग पडलं होतं; पण आपली मूळची समाजवादी कार्यकर्त्याची भूमिका, आपली साधी राहणी, थोडक्यात आपली 'रूट्स' विसरणाऱ्या कृतघ्न कलावंतांपैकी नसल्यामुळे, ते आपली शबनम झोळी काहीशी अभिमानानं आणि गौरवानं अंगाखांद्यावर खेळवीत.

साहित्यिक म्हणून पद्मनाभांची कीर्ती आंतरराष्ट्रीय होती. सुरुवाती-सुरुवातीला ते केवळ मातृभाषेतले लेखक म्हणून फक्त एका मर्यादित वाचकवर्गालाच माहीत होते. पण त्यांची नाटकं देशाच्या राजधानीत राष्ट्रभाषेमध्ये खेळली जाऊ लागली. त्यांच्यांतल्या लोकतत्त्वाचा परिचय महत्त्वाच्या लोकांना झाला आणि पद्मनाभांवर पारितोषिकांची आणि किताबांची खैरात केली जाऊ लागली. लवकरच ती पारितोषिकं आणि ते किताब वाटणाऱ्या समित्यांवरच त्यांच्या नेमणुका होऊ लागल्या आणि ते कलावंतांपेक्षा श्रेष्ठ कलावंत झाले. मात्र मानमरातब मिळूनही पद्मनाभ निष्क्रियतेपासून कित्येक कोस लांब राहिले. नाटकांकडून पटकथांकडे, पटकथांकडून छायाचित्रणाकडे, छायाचित्रणाकडून दिग्दर्शनाकडे, दिग्दर्शनाकडून अभिनयाकडे असे त्यांचे सर्वत्र संचार होऊ लागले. लवकरच त्यांच्या प्रतिष्ठेला साजेसा भक्तगण त्यांच्याभोवती जमा झाला. कोणी त्यांच्या पटकथांची पटापट इंग्रजी रूपांतरे करू लागले, तर कोणी छायाचित्रांमध्ये वैश्विक समस्या शोधू लागले. या यशावर सुवर्णकळस चढला, तो त्यांच्या पटकथांना एकाच वेळी कलात्मक आणि व्यावहारिक अशा दोन्ही पातळ्यांवर भरमसाठ यश लाभले, तेव्हा. त्यांवरील चित्रपट, जागतिक महोत्सवांमध्ये सटीप, सटीक दाखवले गेले. अशा रीतीनं, जगाच्या इतिहासात, बारीक टाइपात का होईना, पण ज्यांची नावं छापली जातात, त्या कलावंतांपैकी ते

एक होऊन बसले.

मात्र हे सारं चाललं असताना चार सामान्य साहित्यिकांप्रमाणे पद्मभूषण पद्मनाभ आपल्याच ख्यालीखुशालीत दंग राहिले नाहीत, तर सतत समाजाची दु:खं पुसत (विचारीत, या अर्थी) राहिले. पुन्हा त्यासाठी शिष्यवृत्त्या, जगप्रवास हे सारं आलंच. पण त्यामुळं पद्मनाभांची सामाजिक जाणीव बधिर झाली नाही; उलट, ती अधिकाधिक टोकदार होऊ लागली. जनसामान्यांच्या आणि त्याहूनही जन-असामान्यांच्या वेदना ते आपल्या वाङ्मयातून सतत मांडत राहिले. सात खून करून फाशी जाणाऱ्या माणसालाही तुमच्या-आमच्यासारख्याच मृदू भावना असतात, सतत बायका बदलणारा माणूसही अंतरात एकाकीच असतो, अर्भकांचे बळी देवीवर चढवणारी स्त्री ही खरोखरच सामाजिक अन्यायाचीच बळी असते, धरून आणलेल्या कोवळ्या आरोपीवर कोठडीत अत्याचार करून त्याला ठार मारणारा पोलीस हा मुळात कविप्रकृतीचाच असतो, अशी सर्वसामान्यांना आकलन न होणारी, परंतु दर्दी विचारवंतांची चटकन दाद मिळवणारी मौलिक मानवतावादी निरीक्षणं त्यांनी आपल्या लिखाणात सातत्यानं केली; पण तेवढ्यावरच न थांबता (थांबला तो संपला, हे तर त्यांच्या यशाचं रहस्य होतं), लिहिणाऱ्यापेक्षा, सामाजिक प्रश्नांमध्ये सक्रिय भाग घेणारा साहित्यिकच अधिक टिकतो, हे ओळखून ते तीही आघाडी लढवीत होते. त्याला अनुसरूनच आज ते, झोपडपट्टी पाडण्याच्या, महापालिकेच्या निर्घृण ठरावाला विरोध करण्यासाठी एक दिवसाचं लाक्षणिक उपोषण करून, आपल्या बंगल्यावर परतत होते.

बंगल्यासमोर पद्मनाभांची गाडी थांबताच समोरच्या फूटपाथच्या झोपडपट्टीवासीयांनी 'पद्मनाभ चंदावरकर अमर रहे' अशा घोषणा केल्या आणि फटाक्यांचे सर लावले. त्यांनी केलेल्या या उत्स्फूर्त स्वागतानं पद्मनाभांचा गळा दाटून आला. शालीनं डोळे टिपल्यासारखे करून ते बंगल्याच्या पायऱ्या चढून गेले.

दारातच मंदाकिनी हातात आरती घेऊन उभी होती. पद्मनाभांचे डोळे पुन्हा पाण्यानं तरारले. काय हे, मंदाकिनी, चारचौघींसारखीच तूसुद्धा? असं ते शेक्सपिअरच्या तालावर पुटपुटले. स्त्रीमुक्तीच्या या काळात उपोषण करून घरी परत येणाऱ्या नवऱ्याला पंचारती ओवाळायची? अतिशय भाबडेपणा नाही का हा? असं त्यांच्या मनात आलं. पण काय करणार? भाबडेपणा हा मनुष्यस्वभाव आहे–तोच कधीकधी त्याच्या जगण्याचा आधार असतो. त्यातून युगायुगांचे संस्कार पतीला परमेश्वर मानण्याचे- ते एकदम कसे जाणार? तेव्हा स्त्रीला वाटत असेल, तर पुरुषानंही समजूतदारपणा दाखवून स्वत:ला परमेश्वर मानून घ्यायला नको का?

मंदाकिनी त्यांच्या नाटकातल्या बंडखोर नायिकेप्रमाणे त्यांच्या बुटाच्या लेशी सोडते आहे, तोच घरकामाच्या वामननं त्यांना लिंबूपाणी आणून दिलं–वाढत्या वयातही शरीराचा डौल सांभाळण्यासाठी पद्मनाभ लिंबूपाणी पीत. आज उपोषण

सोडताना एकदा, आणि प्रघाताप्रमाणं घरी आल्यावर एकदा, असा लिंबूपाण्याचा ओव्हरडोस झाला! असं त्यांनी हसत हसत म्हटल्यावर त्यांच्या उपोषणाच्या जाणिवेनं मंदाकिनीच्या डोळ्यांत टचकन पाणी आलं.

'कसा हो, तुम्ही उपास केलात?' ती कळवळून म्हणाली.

'काय करणार? करावं लागतं हे, मंदाकिनी. ते झोपडपट्टीतले लोक–ते आपले भाईबंद आहेत– उद्या त्यांच्या डोक्यांवरचे पत्रे गेले, तर ही म्हातारी कोतारी, पोरं बाळं उन्हापावसात जाणार कुठं? तीही माणसंच आहेत, मंदाकिनी, तीही माणसंच आहेत!' रुद्ध कंठानं पद्मनाभ म्हणाले.

पतिराजांच्या गरिबांविषयींच्या कळवळ्याला बांध घालण्यासाठी, आता जरा कपडे बदलून विश्रांती घ्या पाहू, असं त्या चतुर गृहिणीनं प्रेमळपणे फर्मावलं. दिवसभर टोचत असतानाही सक्तीनं घालावी लागलेली ती सामाजिक कार्यकर्त्यांची वस्त्रं–जाड खादीचा झब्बा सुरवार– काढून टाकून त्यांनी झुळझुळीत रेशमी सदरा– लुंगी असा, संध्याकाळी त्यांना भेटायला येणाऱ्या हिंदी चित्रपट-निर्मात्याला मानवेल असा वेश चढवला. संध्याकाळचा चहा हल्ली त्यांनी सोडला होता. त्याऐवजी स्कॉचचे तरतरी आणणारे घोट घेत घेत त्यांनी दिवसभराचं टपाल पाहायला सुरुवात केली.

त्यांनी केलेल्या उपोषणाला पाठिंबा आणि हार्दिक सदिच्छा देणारी अनेक पत्रं टपालात होती. एक-दोन रागारागानं खरडलेली विरोधी पत्रंही होती. किंचित निराशेनं पद्मनाभ गालातल्या गालात हसले. पाठिंबा देणारी अनेक आणि विरोधाची फक्त दोन पत्रं? विरोध जर इतका क्षीण होत राहिला, तर हे उपोषण गाजणार कसं? काही हरकत नाही, संपादक मित्रांना सांगून वृत्तपत्रात आपल्या विरोधी पत्रं छापून आणली, म्हणजे झालं असं स्वत:चं समाधान करून ते इतर टपालाकडे वळले...

'कळलं का–' मंदाकिनी समोर येऊन उभी राहत म्हणाली, 'आपल्या मंदारच्या फ्लॅटचं पक्कं झालं...'

'अरे, वा!' असं नेहमीप्रमाणे मोजकं बोलून पद्मनाभ गप्प झाले.

'तुमच्याच पुण्याईनं त्याला मिळाला फ्लॅट! सरकारच्या कलावंत–गृहयोजनेत! नाहीतर हा कसला कपाळाचा कलावंत? आय.आय.टी.ला असताना तुघलकमध्ये, शहर सोडणाऱ्या लोकांमधल्या एकाचं काम केलं, तेवढंच!'

'मी शब्द टाकला होता, मंदे, पण सरकारी काम ते– होईल याची खातरी नव्हती!' विरोधी पक्षाचं बेअरिंग कायम ठेवीत पद्मनाभ म्हणाले, 'कधी जातोय हा नव्या जागेत?'

'उद्या सकाळी. लवकर पझेशन घ्यायचंय, म्हणून आजच तिथं एका मित्राकडे राहायला गेलाय!' बोलताबोलता तिचा स्वर कातर झाला! एकच मुलगा आणि

एवढा बंगला मोकळा पडला असताना त्याला, लग्न करायचं, तर वेगळी जागा शोध, म्हणून सांगायचं, हे तिला कसंतरी वाटलं होतं. पण यांनी अगदी निर्धारानंच तसं सांगितलं! त्यानंही विरोध न करता नुसतं खांदे उडवून 'ठीक आहे' म्हटलं. दोघांपैकी कुणाचाच आवाज चढला नव्हता, भुवईसुद्धा उंचावली नव्हती; पण बापलेकांच्या या समंजस विभक्तीमध्ये आपलेच दोन तुकडे पडले, असं तिला वाटलं होतं. आता मंदारचं ते मोठमोठ्यानं हसणं नाही, वेळीअवेळी घरात शिरणारी मित्रमंडळी नाहीत, ते पाश्चात्त्य संगीत कर्कश आवाजात लावून हैदोस घालणं नाही– सगळं अगदी शांत... यांच्या स्वभावासारखं...

माणसाच्या अंतर्मनात खोलवर बुडी मारून त्याच्या भावना पृष्ठभागी आणणाऱ्या, पद्मनाभांसारख्या साहित्यिकाला मंदाकिनीच्या भावना कळत का नव्हत्या?

'तुला सांगतो मी, मंदे, ते म्हणाले, आत्ता अवघड वाटतंय पण होतंय, ते बऱ्यासाठीच! अगं, त्याची बायको येईल, तिचं आणि तुझं, पटेनासं झालं, तर? त्यातून मी साहित्यिक आणि हा इंजिनिअर! एकूण पिंड निरनिराळे, जीवनाचा हेतू वेगवेगळा! रक्ताचं नातं असलं, तरी भिन्न पातळ्यांवर जगणारी माणसं एकत्र राहू शकत नाहीत...'

'–पटतंय मला, तुम्ही म्हणता, ते! नंतर वाईटपणा येण्यापेक्षा आधीच गोडीत वेगळं व्हावं, ते बरं–पण मला अगदीच एकटं एकटं वाटतंय, हो! उर्मिला गेली ना, तेव्हापासूनच...'

उर्मिला एका मुस्लिम डॉक्टरबरोबर लग्न करून अमेरिकेला निघून गेली होती– तिला व्यक्तिस्वातंत्र्य होतंच म्हणा! शिवाय मुस्लिम तरी आपले बांधवच– त्यातून तिच्या नवऱ्याची आर्थिक परिस्थिती उत्तमच होती! पण का, कोण जाणे, तिच्या बाबतीत कुठंतरी हरल्यासारखं वाटत होतं– तिनं लग्न आपल्याला न विचारता ठरवलं, म्हणून? मुसलमानाशी केलं, म्हणून? ...की कुठल्याच बाबतीत आपण तुमच्यावर अवलंबून नाही, असं एका फटक्यात दाखवून ती दूर–परदेशी कायमची राहायला गेली, म्हणून...?

उर्मिलेचा विचार पद्मनाभांनी डोक्यातून घाईघाईनं काढून टाकला. ज्या माणसांपायी पदरी अपयश येतं, त्यांचा विचार करणं, यशाचा मार्ग चालणाऱ्याला मानवणारं नसतं...

एवढ्यात फोन वाजू लागला. मंदाकिनीनं तो घेतला. कुणा प्रज्ञा सोळंकीचा होता. एका इंग्रजी दैनिकाच्या रविवार–पुरवणीसाठी तिला पद्मनाभांची मुलाखत हवी होती, शिवाय उपोषणाला बसलेले फोटो! त्या भागात परत कधी असे बसणार असाल, तर आमचा छायाचित्रकार पाठवू, असं तिचं म्हणणं होतं. परत उपोषण करायला बसणं कठीण आहे, पण आज काढलेल्यांतला एखादा फोटो, जर ब्लो-

अप करून छापणार असलात, तरच पाठवतो, असे सांगून पद्मनाभांनी तिला एका दिवसानंतरची सकाळ मुलाखतीसाठी दिली...

त्यानंतर एकापाठोपाठ एक अभिनंदनाचे फोनच फोन येत राहिले. त्यांना उत्तरं देण्याचं काम मंदाकिनीवर सोपवून पद्मनाभ आपल्या स्टडीत लेखनासाठी निघून गेले.

स्वित्झर्लंडहून खास मागवलेल्या निबंन गुळगुळीत कागदावर पद्मनाभ लिहू लागले...

'आजचा अनुभव विलक्षण. माणूस माणसाला घराबाहेर काढू पाहत आहे. कशासाठी? शहर स्वच्छ ठेवावं, म्हणून. रस्ते साफ क्हावेत, म्हणून. या बकाल माणसांमुळे गर्दी वाढते, पदपथ अस्वच्छ होतात, या माणसांचं कंगालपण, या सुंदर, श्रीमंत शहरावर पडलेल्या डागांसारखं वाटतं. पण हे कंगालपण, हे दारिद्र्य, निर्माण कोणी केलं? या सुंदर शहरात राहणाऱ्या श्रीमंतांनीच ना? झोपडपट्टीच्या मलिनतेला, अस्वच्छतेला जबाबदार कोण असेल, तर मलिन भ्रष्टाचारी, विषम समाजव्यवस्था– जिनं ठरवलं की एकानं बंगल्यात राहावं आणि दुसऱ्यानं झोपडीतसुद्धा राहू नये–'

'अहो–' खालून मंदाकिनीची हाक आली. पण पद्मनाभांची तंद्री बिघडली नाही. कुठल्याही व्यत्ययानं ती बिघडत नसे. एके काळी त्यांनी छापखान्याच्या यंत्राच्या धडधडाटातही लेखन केले होतं.

'अहो–जरा खाली येता का?'

मंदाकिनीच्या आर्जवी हाकेला तातडीचा नाद होता.

पद्मनाभ खाली आले.

खाली एक काळाकुट्ट माणूस उभा होता. अंगानं कृश, केसांच्या जटा वाढलेल्या. कमरेला एक फाटकी लुंगी कशीबशी गुंडाळलेली.

बहुधा समोरच्या झोपडपट्टीतला माणूस असावा! पद्मनाभांनी त्याच्याकडे दयार्द्र नजरेनं पाहिलं, आणि विचारलं,

'काय पाहिजे तुला?'

त्या माणसाला मराठी नीटसं कळत नव्हतं. हिंदीसुद्धा मोडकं-तोडकंच येत होतं. कुणीतरी तेलगु-तामीळ अशी भाषा बोलणारा माणूस होता तो.

बराच वेळ दोघांनी एकमेकांशी जमेल तसं संभाषण केलं. त्याचा सारांश असा होता की त्या माणसाला रात्रीपुरता निवारा हवा होता. पद्मनाभांनी त्याला गच्चीवर राहायला दिलं...तर त्याच्यावर थोडे उपकार होणार होते.

त्या माणसाची मागणी कळताच मंदाकिनी खवळला; पण पद्मनाभांनी तिची समजूत घातली आणि त्या माणसाला रात्रीपुरतं गच्चीवर राहण्याची परवानगी दिली.

गच्चीचा जिना बाहेरून होता. त्यामुळं घरात यावं न लागता गच्चीवर, माणूस बाहेरच्या बाहेर येऊ-जाऊ शकत होतं.

भाषेची कितीही अडचण असली, तरी आपलं काम झालं, हे त्या माणसाला लगेच समजलं. त्याचे डोळे चमकले आणि त्यानं आपल्या भाषेत आनंदानं हळी दिली.

त्याबरोबर, इतका वेळ दाराशी उभी असलेली आणि काळोखात न दिसलेली त्याच्यासारखीच एक काळीकुट्ट बाई पुढं झाली. तिनं एक फाटकी अपुरी साडी गुंडाळली होती. अंगात चोळी नव्हती. एक नागडं लहान मूल तिच्या कडेवर होतं, त्याचं नाक वाहत होतं.

त्या दोघांच्या पाठोपाठ आणखी तीन-चार मुलंही आत आली. त्यांतलं थोरलं पाच-सहा वर्षांचं होतं, बाकीची वर्षावर्षाच्या अंतराची असावीत.

पद्मनाभ आणि मंदाकिनी चकित होऊन त्या लटांबराकडे पाहतच राहिली. पण त्यांच्याकडे ढुंकूनही न पाहता ती सारी जण त्या कृश माणसाच्या पाठोपाठ गच्चीवर चालती झाली.

दुसऱ्या दिवशी पद्मनाभ चंदावरकर दिवसभर वेश्यावस्तीत होते. त्यांच्याच पटकथेवरच्या एका चित्रपटाच्या शूटिंगसाठी. वस्तीचं कळकट वातावरण, लहानशा खोलीत कॅमेरा आणि लाईट्स लावताना झालेले हाल आणि उकाडा, अशा असंख्य त्रासदायक गोष्टींमधूनही एक विलक्षण जिवंत कलाकृती आकाराला येत होती. या उच्च कलात्मक आनंदाचा प्रत्यय मंदाकिनीला कोणत्या परीनं द्यावा, या विचारात ते घरी येऊन पोहोचले.

पण पायऱ्यांवरच, चिंतामग्न अवस्थेत बसून राहिलेल्या मंदाकिनीचं त्यांना दर्शन झालं.

'काय झालं, गं' त्यांनी धसकून विचारलं.

'वर जाऊन बघा.' ती म्हणाली.

पद्मनाभ गच्चीत गेले. मंदाकिनी पायांत त्राण नसल्यासारखी जागेवरच बसून राहिली.

जे दिसलं, त्यानं पद्मनाभना भोवळ यायची वेळ आली. गच्चीत एक झोपडी तयार झाली होती. दोन बांबू उभे करून त्यांच्यावर एक पत्रा आडवा टाकला होता. आत चहाची खोकी इत्यादी सामान तर होतंच, शिवाय एक दोरीची खाटसुद्धा होती. एक चिमणी जळत होती आणि तिच्या प्रकाशात काल रात्रीची ती काळी बाई चुलीवर भाकऱ्या भाजत बसली होती. गच्चीत उरलेल्या भागातून बरीच घाण करून ठेवलेली होती. त्याच घाणीत तीन-चार मुलं शिवाशिवी खेळत होती.

पद्मनाभ पुढे झाले आणि भाकऱ्या भाजणाऱ्या बाईला या प्रकाराचा अर्थ विचारू

लागले; पण तिला त्यांची भाषाच कळत नव्हती. ती आपल्या भाषेत कूंकूं करणाऱ्या कुत्र्यासारखी चार शब्द दोन-तीनदा बोलली आणि आपल्या भाकऱ्या बडवण्याच्या कामाला लागली. हे चालू असताना मुलं आपले खेळ आणि विधी अर्धवट टाकून पद्मनाभजवळ येऊन उभी राहिली आणि प्रदर्शनात ठेवलेल्या पुतळ्याकडं पाहावं, तशी पाहू लागली.

पद्मनाभ तरातरा खाली आले.

'अगं, त्यांनी चक्क वस्तीच केलीय वर–'

'मी सांगत होते कालच तुम्हांला, त्यांना घालवून द्या, म्हणून; पण तुम्ही म्हणालात, आपणच असं वागणं बरं दिसणार नाही.–'

'अग, पण मी त्यांना फक्त रात्रीपुरतं गच्चीत निजायची परवानगी दिली होती... आणि आज त्यांनी एवढे पत्रेबित्रे ठोकले, सामान आणलं, तेव्हा तू, वामन आणि वॉचमन काय करीत होता?'

'वामन आणि वॉचमन एकसारखे म्हणत राहिले की झोपडी बांधायला विरोध केलेला साहेबांना आवडणार नाही... तुमच्या धोरणाविषयी त्यांचा गैरसमज झालाय काहीतरी. मी परोपरीनं सांगितलं; पण ते ऐकेचनात. मग मी एकटी बाईमाणूस कसला विरोध करणार? त्यातून त्या माणसांना आपली भाषा कळत नाही. अशी तोंडाकडे बघत राहतात, आपल्याला वेड लागलं असल्यासारखी...'

'चांगला इंगा दाखवतो त्याला!' साहित्यिकासारखं न बोलता पद्मनाभ प्रथमच माणसासारखं बोलले, 'आता येऊ दे तो माणूस–'

पण काल न बोलावता आलेला तो माणूस आज किती वेळ वाट पाहिली, तरी येईचना. पद्मनाभ ताटकळत जागे राहिले. शेवटी रात्रीचे दोन वाजून गेल्यानंतर कधीतरी तो आला. आला, तो अशा अवस्थेत की त्याच्याशी काही बोलणंच शक्य नव्हतं. झोकांड्या देत तो बंगल्याच्या पायऱ्या चढून आला आणि त्यानं आईमाईवरून एक कचकचीत शिवी घातली. आपल्या गच्चीत झोपडी बांधून त्यानं आपल्यालाच शिवी का घ्यावी, हे पद्मनाभांना कळायच्या आत सटासट बहुभाषिक, बहुरंगी चित्रमय शिव्यांचा वर्षाव सुरू झाला. मग पद्मनाभांच्या लक्षात आलं की या शिव्या आपल्याला नसून त्या माणसाच्या त्या क्षणी समोर नसलेल्या शत्रूला आहेत. समोर नसल्यामुळंच बहुधा तो शत्रू निव्वळ शिव्यांवर सुटला; नाहीतर या कृश माणसानं त्याला लोळवायला कमी केलं नसतं. अर्थातच या स्थितीत त्याच्यासमोर न जाता पद्मनाभांनी डोक्यावर पांघरूण ओढलं आणि ते झोपण्याचा निष्फळ प्रयत्न करू लागले...

दुसऱ्या दिवशी सकाळी ते गच्चीवर गेले, तेव्हा गच्चीच्या टोकाला त्या माणसाचा विधी चालला होता. पद्मनाभ आल्या पावली मागं फिरले; पण उलट तोच माणूस त्यांना हाक मारून बोलावू लागला.

'नंतर येतो–' असं म्हणत ते घाईघाईनं खाली उतरले.

पंधरा मिनिटांनी ते परत वर गेले, तेव्हा तो माणूस काचेच्या ग्लासातून चहा पीत होता. पद्मनाभांनाही तो चहाचा आग्रह करू लागला, पण त्यांनी चहा नाकारला. तुम्ही आत्ताच्या आत्ता गच्ची खाली करायला हवी, असं त्यांनी निक्षून सांगितलं. त्यावर गृहस्थ त्याच्या भाषेत बरंच काही लांबलचक बोलला. त्याचा सारांश एवढाच की तुम्ही तरी कमाल करता, साहेब! बायका-मुलांना घेऊन मी जाऊ कुठं?

या माणसाशी बोलण्यात अर्थ नाही, हे ओळखून पद्मनाभ खाली आले. उपोषणाप्रीत्यर्थ अभिनंदन करणारे फोन विमनस्कपणे स्वीकारत त्यांनी स्वत:च पोलीस कमिशनरना फोन लावला.

'मी पद्मनाभ चंदावरकर बोलतोय.'

'नमस्कार–बोला ना–' पोलीस कमिशनर मऊसूत आवाजात म्हणाले.

'माझ्या गच्चीवर एका कुटुंबानं झोपडी बांधली आहे–ती ताबडतोब पाडायची आहे–'

'आपण पद्मनाभ चंदावरकरच बोलताय ना?'पोलिस कमिशनरनी गोंधळून विचारलं.

'हो, पद्मभूषण पद्मनाभ चंदावरकर.'

'म्हणजे! एकाही झोपडीला हात लावला तर, युद्ध पेटेल, असं काल आम्हाला सांगणारे, तेच ना तुम्ही?'

'अहो–फूटपाथवरच्या झोपड्यांविषयी मी नाही बोलत. त्या तशाच राहू द्यायच्या आहेत. फक्त माझ्या घरातली पाडायची!'

'तुमचं घर–पाडायचंय?– कशाला?'

काय गोंधळ आहे, हे पोलीस कमिशनरच्या मुळीच लक्षात येईना. घटनास्थळी पोलीस-पार्टी पाठविण्याचं आश्वासन देऊन त्यांनी फोन खाली ठेवला.

दोन वाजण्याच्या सुमारास पोलीस-पार्टी आली. इन्स्पेक्टरना घेऊन पद्मनाभ रुबाबात वर गेले. पण त्या काळ्या माणसाची झोपडी त्यांना पटकन सापडेचना. कारण तिच्या दोन बाजूंना आणखी दोन झोपड्या उभारल्या गेल्या होत्या. एका झोपडीत एक माणूस ट्रान्झिस्टर ऐकत पडला होता, तर दुसऱ्या झोपडीत एका म्हाताऱ्याला दम्याची ढास लागली होती. पोलीस आलेले पाहून, दमेकरी म्हातारा सोडून इतर सगळे त्यांच्याभोवती गोळा झाले. पोलीस त्यांना बंगल्याची गच्ची रिकामी करायला सांगू लागले, पण गच्चीवरच्या रहिवाशांचं म्हणणं, या दमेकरी म्हाताऱ्याला इथून हलवणं अमानुषपणाचं आहे! वाटेतच त्याचे प्राण गेले तर, त्याची जबाबदारी कुणावर?

हा असा गदारोळ चालू असतानाच प्रज्ञा सोलंकी ठरल्या वेळेप्रमाणे पद्मनाभांची मुलाखत घेण्यासाठी आली. या वेळी तिनं न विसरता छायाचित्रकाराला बरोबर आणलं होतं. गच्चीवर आयती झोपडपट्टी पाहून शी वॉज म्हणजे जस्ट थ्रिल्ड! तिनं पद्मनाभांना

घाईघाईनं तिथल्या एका मोडक्या ट्रंकेवर बसवलं आणि झोपडपट्टी पाडण्याचा निषेध करतानाचे फोटो छायाचित्रकाराला घ्यायला लावले. पद्मभूषण पद्मनाभांविषयी आणि झोपडपट्टीवाल्यांविषयी त्यांना असलेल्या टेरिफिक सिंपथी आणि इन्टेन्स कळवळ्याविषयी तिनं खूप ऐकलं होतं, पण प्रत्यक्ष स्वत:च्या बंगल्याची गच्ची त्यांनी झोपडपट्टीवाल्यांसाठी मोकळी म्हणजे ऑक्च्युअली कन्व्हर्टेड इन्टु झोपडपट्टी केली, हे तिला अतिशयच नोबल आणि ग्रेट आणि युनिक वाटलं. 'हाऊ क्यू' 'हाऊ क्यू' म्हणत ती सबंध गच्चीभर पायाला घाण लागू न देण्याची खबरदारी घेत फिरत राहिली.

तिच्याबरोबरचा छायाचित्रकार पोलिसांचे फोटो घेऊ लागला; पण आपले चेहरे ओळखू येऊ नयेत, म्हणून त्यांनी तोंडासमोर हात धरले.

'प्रेसनं आमची इमेज जाम खराब केली आहे. त्यातच कुठं काही पाडायला जावं, तर तुमच्यासारखे सन्माननीय नागरिक धरणी धरून बसतात.' पोलीस इन्स्पेक्टर म्हणाले, 'सॉरी, मिस्टर पद्मनाभ, पण आता या बाईनं प्रेसमध्ये आमच्याविरुद्ध वेडंवाकडं काही लिहिलं, तर आमची नोकरी जाईल–तेव्हा सध्या आम्ही या प्रकरणात काही हस्तक्षेप करू इच्छित नाही. वरून ऑर्डर आली की पाहू,' असं म्हणून पोलिसांनी काढता पाय घेतला.

गच्चीवरच्या दुर्गंधीनं पद्मनाभांचं डोकं उठलं होतं. ते प्रज्ञा सोळंकीला हॉलमध्ये घेऊन गेले. पोलीस झोपडपट्टी पाडायला आले होते, पण पद्मनाभांनी त्यांना अडवलं आणि वेळ पडली, तर आजही उपोषण करीन, असं म्हटलं, अशा बातम्या त्या भागात पसरल्या. पुन्हा एकदा समोरच्या झोपडपट्टीतून 'पद्मनाभजी अमर रहे' अशा घोषणा आल्या.

मंदाकिनी भ्यालेल्या सशासारखी स्वयंपाकघरात दडून बसली होती. अधूनमधून ती खिडकीचा पडदा बाजूला करून बाहेर काय चाललंय, याचा अंदाज घेई. त्या काळ्या, कृश माणसाची तिनं विलक्षण धास्ती घेतली होती. काल रात्री त्यानं दिलेल्या शिव्या तिच्या कानांत अजून घुमत होत्या. नेमक्या याच वेळी आपली मुलगी, मुलगा कोणी जवळ असू नये, या जाणिवेने तिचे डोळे पुन्हा पुन्हा भरून येत होते.

'अहो, मला भीती वाटते, हो. काहीतरी करा ना. हाकला ना त्या माणसांना!' ती कितव्यांदा तरी पद्मनाभांना म्हणाली.

'मग मी काय करतोय कालपासून?' स्वत:चा कमावलेला उंच स्वर पद्मनाभांना स्वत:लाच सामान्य माणसासारखा वाटला. खालचा स्वर लावत ते म्हणाले,

'हे बघ, पोलीस मदत करायला तयार नाहीत. कदाचित काल मी त्यांना केलेल्या विरोधाबद्दल ते आज सूड घेत असतील. कदाचित ते प्रामाणिकपणे त्यांचं कर्तव्य बजावत असतील. कदाचित नसतीलही! कारण अखेरीस तीदेखील माणसंच आहेत!'

'मग वर्तमानपत्रांकडे धाव घेतली, तर? अनेक निर्भीड बाण्याचे पत्रकार तुमचे

मित्र आहेत! ते दुसरं वर्तमानपत्र तर आपण पत्र नसून मित्र आहोत, असं नेहमी आग्रहानं सांगतं ना?'

'अगं, पण वर्तमानपत्रांत माझी प्रतिमा काय आहे? झोपडपट्टीवाल्यांचा आश्रयदाता अशी! मग आता एकदम कोलांटउडी मारून तो आश्रय मी काढून घेतला, तर मला दुटप्पी, दांभिक म्हणणाऱ्या माझ्या टीकाकारांचं आयतंच फावेल की! असल्या अप्रतिष्ठेपेक्षा वाङ्मयचौर्याचे आरोप परवडले!'

'मग आता कुणाकडे जावं? कोण मदत करील आपल्याला?' मंदाकिनीनं अधिकच काळजीत पडून विचारलं.

पण तिचा प्रश्न पूर्ण होण्याआधीच काहीतरी हालचाल दिसली, म्हणून पद्मनाभ धावत बाहेर गेले.

'बाराखडी'च्या कंपाउंडमध्ये झोपड्या ठोकण्याचं काम जोरात चालू झालं होतं.

'–तर असा सगळा प्रकार आहे, दादा!'

पद्मभूषण पद्मनाभ आपल्या नकली सफेद दाढीवरून हात फिरवीत मक्या शिंत्रेला म्हणाले. मक्या शिंत्रेच्या गुत्त्यात प्रत्यक्ष पद्मनाभ दिसले असते तर ताबडतोब वर्तमानपत्रांत बातमी छापून आली असती, म्हणून त्यांनी नकली दाढीसकट वेषांतर करून कुप्रसिद्ध दादा मक्या शिंत्रे याची भेट घेतली होती. त्याचा हा गुत्ता मागे एका चित्रपटाचा वास्तववादी सेट म्हणून त्यांनी वापरला होता. त्या वेळेस दादा त्यांच्याशी फार विनयानं बोलला होता आणि आपले पाय वरचेवर या गुत्त्याला लागावेत, अशी इच्छा त्यानं प्रदर्शित केली होती. पद्मनाभांनीही त्याला 'बा वत्सा! तुझ्या गुत्त्याची भरभराट होईल,' असा आशीर्वाद दिला होता. पण त्यांच्या आशीर्वादानं भरभराट झालेला तोच दादा आज जगात कसं हुशारीनं वागायला हवं, ते त्यांना शिकवत होता.

खरं तर दादाची मदत घेणं पद्मनाभांना तात्त्विकदृष्ट्या मुळीच पटण्यासारखं नव्हतं. मंदाकिनीकडे तर सोडाच, पण स्वतःकडेदेखील हा विचार बोलून दाखवायला ते धजत नव्हते. शेवटी आपण पडलो बुद्धिनिष्ठ आणि न्यायप्रिय नागरिक! मारामारीनं कुठलाही प्रश्न सुटत नाही आणि सुडाचं चक्र चालू राहतं, असं कुठल्याही प्रस्थापित साहित्यिकाप्रमाणे त्यांचं म्हणणं होतं. परंतु आज अगदी नाइलाजच झाला होता. त्यांच्या सबंध कंपाउंडभर झोपड्या पसरल्या होत्या. ताडपत्र्या, जुन्या जंगली लाकडाच्या फळ्या, गोणपाट– काय हाताला लागेल, ते घेऊन मंडळींनी निवाऱ्याची गरज भागवलेली दिसत होती. एखाद-दुसऱ्या झोपडीत भांडण पेटत होतं आणि सगळी थोरं-पोरं तिथं जमून त्यात आपल्या परीनं भर घालत होती. काही झोपड्यांमधून आजारी असलेली किंवा दारूच्या नशेतली माणसं भान हरपल्यासारखी पडली होती. पेट्या, खाटा, खोकी आणि आणखी कितीतरी सामान

झोपड्यांबाहेरच्या मोकळ्या जागेवर पसरलं होतं. पद्मनाभांच्या मारुतीच्या टपावर आणि बॉनेटवर मुलं व मोठी माणसं बसली, उभी राहिली तर होतीच, पण कोणीतरी चक्क कपडेसुद्धा वाळत घातलेले दिसत होते. घरातला वामन गडी आणि दारावरचा वॉचमन, कसे, कोण जाणे, पण कालपासून कामावर येत नव्हते!

दादाला कामाचा ॲडव्हान्स देऊन आणि त्याच्याकडून दुसऱ्या दिवशी काम निपटवण्याचं वचन घेऊन पद्मनाभ चालतच घरी परत आले. एव्हाना त्यांच्या गरीब बांधवांनी त्यांच्या हॉलचा ताबा घेतला होता. पद्मनाभ त्यांना घालवू लागले, तेव्हा त्या सर्वांनी आपण दोन-दोन रुपयांचं तिकीट काढूनच येऊन बसल्याचं सांगितलं. डोळे किलकिले करून त्यांची गंमत पाहत दाराशी बसलेल्या, तांबड्याभडक टी-शर्टमधल्या काळ्याकुट्ट मद्राशाकडे पाहिल्यावर, ती तिकिटं कोणी विकली, हे पद्मनाभांच्या लक्षात आलं. व्हिडिओ चित्रपटात रस नसलेली तीन-चार माणसं कोचावर वेडीवाकडी पहुडली होती. खिडकीशी लांब केस ठेवलेला एक विशीतला तरुण आणि चौदा वर्षांची फ्रॉकमधली मुलगी यांचा रोमान्स चालला होता आणि एक गरोदर बाई हॉलमध्येच फाटक्या गोधडीचं पार्टिशन बांधून स्वत:साठी खासगी जागा तयार करीत होती...

हॉलमधल्या वस्तूंच्या सुरक्षिततेची काळजी सोडून देऊन पद्मनाभ आणि मंदाकिनी यांनी इतर खोल्यांना कुलुपं घातली आणि ती दोघं स्वयंपाकघरात बसून राहिली. दु:ख वाढेल, या भीतीनं दोघांना एकमेकांच्या नजरेस नजरसुद्धा देववत नव्हती. मध्येच एका खोलीच्या खिडकीची काच फुटल्याचा आवाज आला. काच फुटल्यावर रिकाम्या झालेल्या जागेतून हात घालून खिडकीची कडी सहज काढता येण्यासारखी होती; अर्थात खोलीत खिडकीतून प्रवेश करणं सोपं झालं होतं. तेव्हा बाहेरून घातलेल्या कुलपाला काहीच अर्थ नव्हता.

मंदाकिनीला हुंदका फुटला आणि भयचकित नजरेनं वरच्या तक्तपोशीकडे पाहात पद्मनाभ तिच्या पाठीवरून हात फिरवू लागले...

आपण वेगळ्या स्वभावामुळं वेगळं घर करायला लावलेल्या आपल्या मुलाची त्यांना अचानक आठवण झाली. गेल्या तीन दिवसांत मंदार फिरकला नव्हता. त्याचा फोनही नव्हता. त्याचा नवा पत्ता त्यांना सापडला असता; पण आपण परत येईपर्यंत काय होईल आणि काय नाही, या चिंतेनं त्यांना घराबाहेर पडायचाही धीर होत नव्हता.

दुसऱ्या दिवशी मक्या शिंत्रे आणि त्याचे साथीदार येऊन हजर झाले. त्यांच्या धीरावर पद्मनाभ बिचकत बिचकत स्वयंपाकघरातून बाहेर पडले आणि कंपाउंडपर्यंत आले.

मक्या शिंत्रे झोपडपट्टी रहिवाशांशी चर्चा करण्याच्या भानगडीत पडला नाही. त्यानं एक सणसणीत शिवी हासडली—आणि एक बाकडं त्यावर ठेवलेल्या ट्रंकेसकट

उचलून कंपाउंडच्या बाहेर फेकून दिलं. त्याच्या दोन साथीदारांनी तिथं ठेवलेली एक खाट वर झोपलेल्या पोरासकट उचलली आणि आता ते ती बाहेर फेकणार, इतक्यात–

एक ट्रक आला आणि त्यातून काही खादीचे झब्बे घातलेले, दाढ्या वाढवलेले आणि खांद्यावर झोळ्या अडकवलेले तरुण उतरले. त्यांच्या खांद्याला खांदा लावून, जवळजवळ त्याच वर्णाच्या (अर्थात दाढी सोडून) काही तरुणींनीही ट्रकमधून उड्या टाकल्या. त्या सर्वांच्या आघाडीला धीरगंभीर पावलं टाकीत सुप्रसिद्ध साहित्यिक प्राध्यापक दिवाकर डिचोलीकर होते. त्यांच्या एका खांद्यावर शाल आणि दुसऱ्या खांद्यावर शबनम झोळी होती.

आल्या आल्या मंडळींनी बंगल्याच्या दारात एक सतरंजी टाकली. त्यावर प्राध्यापक डिचोलीकरांची स्थापना करण्यात आली. त्यांच्या मागेच एक बॅनर लावण्यात आला–

'बाराखडी झोपडपट्टीवासी बांधवांच्या निवाऱ्याच्या प्रश्नासाठी एक दिवसाचे लाक्षणिक उपोषण.'

त्याच्या शेजारीच पद्मभूषण पद्मनाभांचा एक फोटो लावून त्याला हार घातला गेला. याच वेळी समोरच्या झोपडपट्टीतून घोषणा झाल्या :

'दिवाकर डिचोलीकर अमर रहे!'

ट्रकमधल्याच काही मंडळींनी कंपाउंडमधलं एक झाड आणि गच्ची यांना जोडून एक बॅनर बांधला :

बाराखडी झोपडपट्टी रहिवासी संघ!

ही मंडळी आत घुसताच मक्या शिंत्रे आणि मंडळींचा हात जागच्या जागी थबकला. पद्मनाभ मक्याला सांगणार होते–

'हां, थांबलास का? दे फेकून!'

एवढ्यात ट्रकच्या पाठोपाठ आलेल्या पोलीस व्हॅनकडे आणि तिच्या पाठोपाठ आलेल्या पत्रकार-संघाच्या गाडीकडे नजर जाऊन त्यांचे शब्द घशातल्या घशात अडकले.

पोलीस व्हॅन रस्त्यात थांबली. तिच्यातून कोणीच उतरलं नाही. सगळे पोलीस नाट्यपूर्ण एन्ट्रीच्या क्षणाची वाट पाहत गाडीतच बसून राहिले. पत्रकार-संघाच्या गाडीतून तीन-चार पत्रकार उतरले. त्यांनी पुढं होऊन पद्मनाभांचं अभिनंदन केलं. प्रथम पद्मनाभांना वाटलं की झोपडपट्टी तोडण्यात आपण जे धैर्य दाखवीत आहोत, त्याबद्दल ही मंडळी आपल्याला धन्यवाद देताहेत; पण हा गैरसमज लकरच दूर झाला. त्या दिवशीच्या रविवार–पुरवणीमध्ये प्रसिद्ध झालेल्या प्रज्ञा सोळंकी हिनं घेतलेल्या परखड मुलाखतीबद्दल आणि झोपडपट्टीवासीयांना त्यांनी दाखविलेल्या

मुक्त सहानुभूतीबद्दल ते अभिनंदन होतं.

'तुमच्यापासूनच स्फूर्ती घेऊन प्राध्यापक दिवाकर डिचोलीकर उपोषणाला बसले आहेत.' त्यांच्या पाठीमागे लावलेल्या पद्मनाभांच्या छायाचित्राचं रहस्य उलगडत एका दाढीवाल्यानं सांगितलं.

'बुद्धिनिष्ठांचा आम्हाला पाठिंबा मिळाला, तर झोपडपट्टी चळवळ कितीतरी फोफावत जाईल!'

या वातावरणात मक्या शिंत्रेला झोपड्या खाली ओढणं तर सोडाच, पण शिव्यासुद्धा सुचेनात. तो नुसताच तोंडातल्या तोंडात गुरगुरत राहिला. मग ट्रकमधून आलेल्या मंडळींचा नेता त्याच्याकडे गेला आणि त्याला म्हणाला,

'मक्याभाऊ, तू हे कोणाचं सामान बाहेर फेकतो आहेस? हे सगळे आपलेच बांधव आहेत. तू स्वतःच एका झोपडीत लहानाचा मोठा झालास! तेव्हा गरिबीची तुला लाज वाटू नये! या तुझ्याच मायबहिणींच्या डोक्यावरचं आहे-नाही ते मोडकं छप्परसुद्धा तू काढून घेणार? या म्हाताऱ्या-कोताऱ्यांना तू उन्हापावसात राहायला लावणार? या पोरांना बेघर करून सरकारी सुधार-केंद्रात पाठवणार? या व्हिडिओवाल्याचा धंदा बंद करून तू त्याला उपाशी मारणार? विचार कर, मक्या– तू कोणाचं काम करतो आहेस? शोषितांचं की शोषकांचं? या मूठभर प्रस्थापितांना मदत करून अखिल गोरगरिबांना देशोधडी लावणाऱ्या भ्रष्ट समाजरचनेचाच तूही एक हस्तक होणार?'

हे कळकळीचं भाषण पत्रकारांनी टिपून घेतलं. काहींनी भाषणकर्त्याचे फोटोही काढले. पद्मनाभांनी हे भाषण कित्येकदा ऐकलं होतं. स्वतःही अनेकांना दिलं होतं. ते काहीच बोलले नाहीत; पण भाषण संपल्यावर सभोवार जमलेल्या झोपडपट्टीवासीयांनी टाळ्या वाजवल्या. मक्या शिंत्रेला मात्र त्या भाषणातलं फारसं काही कळलं नसावं. पण एकदा भाषणकर्त्याकडे पाहून आणि दुसऱ्यांदा पोलिसांच्या गाडीकडे नजर टाकून 'आपुनको ये लफडा नाही मंगता' म्हणत तो निघून गेला. त्याबरोबर शोषित जनतेनं पुन्हा एकदा टाळ्या वाजवल्या.

गेले दोन दिवस मंदाकिनी थिजून गेल्यासारखी झाली आहे. भीतीनं तिची हालचाल बंद पडली आहे. तिनं आपले कपडे आणि किमती चीजवस्तू एका गाठोड्यात बांधल्या आहेत, ते गाठोडं छातीशी धरून ती स्वयंपाकघराच्या कोपऱ्यात, अगदी नाहीसं होण्याचा प्रयत्न करावा, तशी दडून राहिली आहे. डोळे भयचकितपणे एकदा इकडे, तर एकदा तिकडे बघताहेत. कान बाहेरची चाहूल घेताहेत–

बाहेर जल्लोष चालला आहे. गच्चीवरच्या झोपडीतला दमेकरी म्हातारा आज दुपारी गचकला. त्याला पोहोचवायला सगळी माणसं जमली होती. हातभट्टीच्या बाटल्या संपवून त्यांनी म्हाताऱ्याची ताटी उचलली, आणि भजनं म्हणत ते निघून

गेले. आता ते सगळे स्मशानातून परत आलेत आणि दारूच्या नशेत शिवीगाळ करीत त्यांनी एकच गोंधळ चालू केलाय. एक पोर मोठमोठ्यानं रडायला लागलंय – त्याच्या आईनं त्याच्या पाठीत धबाधब धबके घातलेत.

अकस्मात सगळं शांत झालं, म्हणून पद्मनाभांनी खिडकी किलकिली करून बाहेर पाहिलं. पहिल्यांदा त्यांच्याकडे आलेल्या त्या काळ्या माणसानं मनगटातून रुंद पात्याचा सुरा बाहेर काढला होता– आणि दारूच्या नशेत तो सुरा प्रत्येकाच्या पुढं करून तो विचारीत होता :

'हमारे साथ लडनेका है, तो आव. है हिम्मत?– है हिम्मत?'

पद्मनाभांनी घाईघाईनं खिडकी बंद करून घेतली. खिडकी बंद केली, तरी ते दृश्य त्यांच्या डोळ्यांसमोर दिसतच राहिलं. जणू त्यांच्याच खिडकीच्या दिशेनं सुरा परजीत तो माणूस विचारीत होता :

'हमारे साथ लडनेका है, तो आव– है हिम्मत– है हिम्मत?'

पद्मनाभांनी मंदाकिनीकडे पाहिलं. दिवसेंदिवस तिची भीती वाढते आहे... आपली इवलीशी पुंजी छातीशी कवटाळून ती असहायपणे बसली आहे. अशा भीतीनं की, हे राहिलेलंसुद्धा कोण कधी आपल्यापासून हिसकावून घेईल, याचा नेम नाही... पण भीती वाटो, न वाटो, आज ना उद्या हे होणारच आहे. ते सगळ्यांवरच अतिक्रमण करणार– आपलं वैभव–आपली अब्रू–मनात आणलं, तर ते सगळं अगदी सहजपणे हिरावू शकतील...

बाहेरचे आवाज परत सुरू झाले... हळूहळू वाढू लागले... पद्मनाभांना भास होऊ लागला की आपण आणि मंदाकिनी एका चिमुकल्या बेटावर अडकून पडलो आहोत... त्याच्या चारी बाजूंनी कंगाल लाटांचा कल्लोळ वाढतो आहे... वाढत वाढत त्या या लाटा चिमुकल्या बेटाला गिळून टाकणार... आपण नामशेष होणार– यांच्या हातांतले सुरे आधी आपल्या कपड्यांच्या चिंध्या करणार... मग आपल्या शरीराच्या... यांचे राकट हात आपल्या नाजूक, सुंदर पत्नीला भिडणार... तिच्या शरीराची विटंबना करणार... हे देखणं घर जमीनदोस्त होणार... आणि त्या घराची वीट न् वीट, लाकडाचा तुकडा न् तुकडा पोटात घालून झोपड्यांचा हा विराट समुद्र पसरत जाणार...

त्याच्या आत आपण काहीतरी केलं पाहिजे... हा आता निव्वळ प्रतिष्ठेचा प्रश्न नाही... आपल्या जगण्या-मरण्याचा आहे...आपण तो सोडवला पाहिजे... सगळ्या सामर्थ्यानिशी...

बाहेर दबलेली शांतता होती... पोरंटोरं निजली होती... कष्ट करणाऱ्या, कचाकच भांडणाऱ्या बायका थकून झोपल्या होत्या...नारुडे नशेत सुस्तावून पडले होते... आजारी कण्हत-कुंथत हळूहळू झोपेच्या स्वाधीन होत होते...

किंचितही हालचाल झाली, तर चटकन जागा होईल, असा तो सुस्त अजगर त्या घराला विळखा घालून, डोळे मिटून पडला होता–

पद्मनाभ उठले. न बोलता त्यांनी मंदाकिनीच्या खांद्यावर हात ठेवला. ती चमकून उभी राहिली. त्यांनी तिला 'बोलू नकोस' अशी खूण केली.

पाय न वाजवता दोघं स्वयंपाकघराच्या बाहेर आली.

हॉलमध्ये वेड्यावाकड्या पसरलेल्या अर्धनग्न माणसांना ओलांडून दोघं घराबाहेर पडली. किंचितही चाहूल लागू न देता कंपाउंडमधून बाहेर निघाली. अजगराच्या तावडीतून नि:श्वास टाकून रस्त्यावरून चालू लागली...

ती दोघं नाक्यापर्यंत आली आणि अचानक एक चाकूचं पातं सर्रकन त्यांच्या दिशेनं पुढं झालं.

कहाँ जा रहे हो?

हम–हमारा–घर–नाही...

ये क्या है? म्हणत त्या माणसानं मंदाकिनीनं छातीशी धरलेलं बोचकं खेचून घेतलं. दोघांच्या तोंडांतून एक आचका निघाला.

'घबराओ नहीं! चलो हमारे साथ. हम तुमको झोपडपट्टीमें जगा देगा– किराया महिने का सौ रुपया– किराया नहीं दिया, तो–'

त्यानं चाकूची तळपती धार दाखवली.

ती दोघं भान हरपून त्या धारेकडे पाहतच राहिली.

(मार्मिक–दिवाळी अंक १९८५)

www.ingramcontent.com/pod-product-compliance
Lightning Source LLC
LaVergne TN
LVHW051303200726
843510LV00010B/1260